સાવર ફૂલેલી

(ગઝલસંગ્રહ)

ડૉ. બાબુ ચૌધરી

Made with ♥ on the Notion Press Platform
www.notionpress.com

Savar Fuleli : Ghazal by
Dr. Babu Chaudhari, Fanaa Book
Publication, Surendranagar, 2026.

પ્રથમ આવૃત્તિ : 2026

મૂલ્ય : રૂ. 200 /-

પ્રકાશક :

ફના બુક પ્રકાશન,
સુરેન્દ્રનગર,
9313292321

મારી વહાલી દીકરી ખિન્ની, પુત્ર ભુવન તથા

પ્રકૃતિપ્રેમી મિત્રો અને જીવનયાત્રામાં પ્રકૃતિના

અદભુત સૌંદર્ય, શાંતિ અને સંવેદનાઓ દ્વારા

મને સતત પ્રેરણા પૂરી પાડનાર દરેકે દરેક

આત્મીયજનને સત્સત નમન સાથે આ કૃતિ

સ્નેહભર્યું અર્પણ કરું છું. તેમની લાગણી,

સહકાર અને પ્રેરણાનું આ નમ્ર વંદન છે.

સામગ્રી

સામગ્રી

સામગ્રી

સામગ્રી

સામગ્રી

સામગ્રી

પ્રસ્તાવના

સાહિત્ય એ માત્ર શબ્દોની ગોઠવણી નથી; તે માનવહૃદયની લાગણીઓ, અનુભવો અને સંવેદનાઓનું જીવંત દસ્તાવેજ છે. જ્યારે કોઈ સર્જક પોતાના જીવનના અનુભવ, પ્રકૃતિના સ્પર્શ, સંબંધોની ઉષ્મા અને સમાજ પ્રત્યેની ચિંતાને શબ્દોમાં ઢાળે છે, ત્યારે સાહિત્ય માત્ર વાંચવાની વસ્તુ રહેતું નથી, પરંતુ એક અનુભૂતિ બની જાય છે. ડૉ. બાબુ ચૌધરીનો આ કાવ્યસંગ્રહ એવી જ એક હૃદયસ્પર્શી અનુભૂતિ છે, જેમાં પ્રકૃતિ, પ્રેમ, વિરહ, માનવતા, આધ્યાત્મિકતા અને પિતા-દીકરીના પવિત્ર સંબંધનો અદભુત સમન્વય જોવા મળે છે.

ડૉ. બાબુ ચૌધરી મૂળે શિક્ષક, પત્રકાર અને સંવેદનશીલ સર્જક છે. જીવનના વિવિધ ક્ષેત્રોમાં કાર્ય કરતાં કરતાં તેમણે માનવજીવનના અનેક રંગોને નજીકથી અનુભવ્યા છે. એ અનુભવો જ તેમની રચનાઓમાં શબ્દરૂપે ઝળહળી ઊઠે છે. તેમની કલમ માત્ર કલ્પનાની દુનિયામાં ભટકતી નથી, પરંતુ જીવનના યથાર્થને હૃદયની ઉષ્મા સાથે રજૂ કરે છે. આ સંગ્રહમાં સમાવિષ્ટ રચનાઓ એ વાતનો પુરાવો આપે છે કે કવિ માટે સર્જન માત્ર અભિવ્યક્તિ નથી, પરંતુ જીવન જીવવાની એક પદ્ધતિ છે.

આ કાવ્યસંગ્રહનું સૌથી મોટું સૌંદર્ય એ છે કે તેમાં પ્રકૃતિ અને માનવહૃદય વચ્ચેનો ગાઢ સંબંધ સતત અનુભવાય છે. અહીં પ્રકૃતિ માત્ર દૃશ્યસૌંદર્યનું માધ્યમ નથી, પરંતુ જીવંત સંવાદી છે. વૃક્ષો, પાનખર, વસંત, વરસાદ, પવન, સાવર, ગુલમહોર, કેસૂડો, લીમડો અને ધરતીના અસંખ્ય રૂપો કવિની લાગણીઓ સાથે એકરૂપ થઈ

જાય છે. કવિ જ્યારે પ્રકૃતિને નિહાળે છે, ત્યારે તે માત્ર બહારનું દૃશ્ય જોતો નથી; તે પોતાની અંદરની દુનિયાને પણ શોધે છે. આ કારણે પ્રકૃતિના વર્ણનો માત્ર ચિત્રાત્મક નથી રહેતા, પરંતુ તેમાં જીવનદર્શન અને તત્ત્વચિંતન પણ ઝળહળી ઊઠે છે.

કવિની રચનાઓમાં પ્રેમનું સ્થાન પણ અત્યંત વિશિષ્ટ છે. આ પ્રેમ માત્ર બે હૃદયો વચ્ચેનો સંબંધ નથી, પરંતુ સમગ્ર અસ્તિત્વને સ્પર્શતો એક વ્યાપક અનુભવ છે. અહીં પ્રેમમાં સમર્પણ છે, વિશ્વાસ છે, સ્મૃતિ છે અને ત્યાગ છે. કવિ પ્રેમને માત્ર મેળવવાની ઘટના તરીકે નથી જોતો; તે પ્રેમને જીવવાની અને અનુભવાની પ્રક્રિયા તરીકે રજૂ કરે છે. પ્રેમની આ અભિવ્યક્તિ ક્યાંક ગુલમહોરની જેમ ખીલે છે, ક્યાંક વરસાદની પહેલી બુંદની જેમ મનને ભીંજવે છે અને ક્યાંક મૌન બનીને હૃદયના ખૂણે વસે છે.

વિરહનો ભાવ પણ આ સંગ્રહની એક મહત્વપૂર્ણ ધારા છે. વિરહ અહીં માત્ર દુઃખ નથી, પરંતુ આત્મચિંતન અને સર્જનની પ્રેરણા છે. વિયોગની ક્ષણોમાં જન્મતી સ્મૃતિઓ, રાહ જોવાની વેદના અને મળવાની આશા—આ બધું કવિએ અત્યંત સંવેદનશીલતાથી વ્યક્ત કર્યું છે. વિરહની આ અનુભૂતિ વાચકને પોતાના જીવનના અનેક સંસ્મરણો સાથે જોડે છે. કવિની વિશેષતા એ છે કે તે વિરહને નિરાશા તરીકે નહિ, પરંતુ જીવનને વધુ ઊંડાણથી સમજવાની તક તરીકે રજૂ કરે છે.

આ કાવ્યસંગ્રહમાં માનવતાનો ભાવ પણ સતત વહેતો રહે છે. આજના બદલાતા સમયમાં જ્યાં માણસ માણસથી દૂર થતો જાય છે, ત્યાં કવિ માનવતાના મૂલ્યોને ફરીથી સ્થાપિત કરવાનો પ્રયત્ન કરે છે. તેમની રચનાઓમાં સમાજના પ્રશ્નો, સ્વાર્થ, અસમાનતા,

હિંસા અને સંવેદનશૂન્યતા સામે મર્મવેધક પ્રશ્નો ઉઠાવવામાં આવ્યા છે. કવિનો સ્વર ઉપદેશાત્મક નથી, પરંતુ વિચારપ્રેરક છે. તેઓ વાચકને પોતાની અંદર ઝાંખી કરવા અને માનવતાના મૂળ મૂલ્યો તરફ પાછા વળવા પ્રેરિત કરે છે.

આધુનિક જીવનની વિસંગતતાઓ પણ કવિની નજરમાંથી બચી શકી નથી. ટેક્નોલોજી અને ભૌતિક સુખસગવડોના યુગમાં માણસ પાસે બધું હોવા છતાં કંઈક ખૂટતું રહે છે. સંબંધોમાં વધતું અંતર, પ્રકૃતિથી દૂર થતું જીવન, ખોવાતું બાળપણ અને વધતી એકલતા જેવી સમસ્યાઓને કવિએ સરળ પણ અસરકારક શબ્દોમાં રજૂ કરી છે. તેમની રચનાઓ વાચકને યાદ અપાવે છે કે જીવનની સાચી સમૃદ્ધિ બહાર નહિ, પરંતુ સંબંધો અને સંવેદનાઓમાં વસે છે.

આ સંગ્રહનો સૌથી વિશિષ્ટ પાસો પિતા અને દીકરીના પવિત્ર સંબંધની અભિવ્યક્તિ છે. 'ખિન્ની' અહીં માત્ર એક દીકરીનું નામ નથી; તે પ્રેમ, પવિત્રતા, આશા અને જીવનના આનંદનું પ્રતિક છે. કવિએ દીકરીને કેન્દ્રમાં રાખીને જે લાગણીઓ વ્યક્ત કરી છે, તે દરેક પિતાના હૃદયને સ્પર્શ કરી જાય તેવી છે. દીકરીના સ્મિતમાં તેઓ ચાંદનીનો ઉજાસ જુએ છે, તેના શબ્દોમાં સંગીત સાંભળે છે અને તેના અસ્તિત્વમાં પોતાના જીવનનો અર્થ શોધે છે.

આ કાવ્યોમાં દીકરીના બાળપણની નિષ્કલંકતા, તેના હાસ્યની મીઠાશ, તેના પ્રશ્નોની સાદગી અને તેના ભવિષ્ય માટેની પિતાની આશાઓનું સુંદર ચિત્રણ જોવા મળે છે. અહીં પિતા માત્ર સંરક્ષક નથી; તે મિત્ર છે, માર્ગદર્શક છે અને જીવનભર સાથ આપતો સાથી છે. આ સંબંધની અભિવ્યક્તિ એટલી સ્વાભાવિક છે કે વાચકને તેમાં પોતાનું જ જીવન પ્રતિબિંબિત થતું લાગે છે.

કવિની ભાષા આ સંગ્રહની સૌથી મોટી શક્તિઓમાંની એક છે. તેમણે સરળ, સહજ અને બોલચાલની ભાષામાં અત્યંત ઊંડા ભાવોને વ્યક્ત કરેલા છે. કઠિન શબ્દો કે જટિલ અલંકારોની જગ્યાએ તેમણે હૃદયમાંથી નીકળેલા શબ્દોને મહત્વ આપ્યું છે. આ કારણે તેમની રચનાઓ સામાન્ય વાચકને પણ તરત ગમી જાય એવી છે અને સાહિત્યરસિકોને પણ ગહન વિચાર કરવા પ્રેરિત કરે છે. શબ્દોની સાદગી અને ભાવોની ઊંડાઈ વચ્ચેનો આ સંતુલન તેમની સર્જનશૈલીને વિશિષ્ટ બનાવે છે.

પ્રતીકોનો ઉપયોગ પણ આ સંગ્રહમાં નોંધપાત્ર છે. સાવર, ગુલમહોર, કેસૂડો, લીમડો, વરસાદ, ચાંદની અને પવન જેવા પ્રતીકો માત્ર કુદરતી તત્ત્વો નથી રહેતા; તેઓ લાગણીઓના જીવંત પ્રતિનિધિ બની જાય છે. કવિ પ્રકૃતિના દરેક તત્ત્વમાં જીવનનો કોઈને કોઈ અર્થ શોધી લે છે. આ પ્રતીકો રચનાઓને માત્ર સૌંદર્ય જ નથી આપતા, પરંતુ તેને વધુ અર્થસભર અને ગહન પણ બનાવે છે. આધ્યાત્મિકતા અને આંતરિક ચિંતનનો સ્પર્શ પણ આ સંગ્રહને વિશેષ ઊંચાઈ આપે છે. કવિ બહારની દુનિયાના વર્ણનથી આગળ વધીને અંદરની યાત્રા કરે છે. જીવનનું રહસ્ય, સમયનું મહત્ત્વ, મૌનની શક્તિ અને આત્મજ્ઞાનની શોધ જેવી બાબતોને તેમણે સંવેદનશીલ રીતે સ્પર્શી છે. આ રચનાઓ વાચકને માત્ર ભાવવિભોર નથી કરતી, પરંતુ તેને પોતાના અસ્તિત્વ વિશે વિચારવા પણ પ્રેરિત કરે છે. સાથે સાથે, કવિની સંવેદના સમગ્ર સૃષ્ટિ સુધી વિસ્તરે છે. પશુ-પંખીઓ, વૃક્ષો અને પ્રકૃતિ પ્રત્યેનો તેમનો પ્રેમ અનેક રચનાઓમાં વ્યક્ત થયો છે. તેઓ જીવદયા, સહઅસ્તિત્વ અને પ્રકૃતિ પ્રત્યેની જવાબદારીનો સંદેશ આપે છે.

આ સમગ્ર કાવ્યસંગ્રહ એક એવી યાત્રા છે, જે વાચકને બહારની દુનિયાથી અંદરની દુનિયા સુધી લઈ જાય છે. અહીં પ્રકૃતિ છે, પ્રેમ છે, વિરહ છે, માનવતા છે, આધ્યાત્મિકતા છે અને સૌથી ઉપર જીવન પ્રત્યેનો ઊંડો આદર છે. દરેક રચના એક અરીસાની જેમ છે, જેમાં વાચક પોતાનું પ્રતિબિંબ જોઈ શકે છે. આજના ઝડપી અને યાંત્રિક યુગમાં, જ્યારે માણસ પોતાની અંદરની શાંતિ ગુમાવી રહ્યો છે, ત્યારે આ કાવ્યસંગ્રહ એક શાંત આશ્રયસ્થાન સમાન છે. અહીં આવીને વાચક થોડા સમય માટે પોતાની વ્યસ્તતાઓ ભૂલી શકે છે, સંબંધોની ઉષ્મા અનુભવી શકે છે, પ્રકૃતિનો સ્પર્શ મેળવી શકે છે અને પોતાના હૃદયની ધડકનને સાંભળી શકે છે.

અંતમાં એટલું જ કહી શકાય કે ડૉ. બાબુ ચૌધરીની આ કૃતિ માત્ર કાવ્યસંગ્રહ નથી; તે લાગણીઓનો ઉત્સવ છે, સંબંધોની મહેક છે, પ્રકૃતિનો સંવાદ છે અને જીવનના સૌંદર્યનો સાક્ષાત્કાર છે. આ રચનાઓ વાંચકને માત્ર કાવ્યરસ નથી આપતી, પરંતુ જીવનને વધુ સંવેદનશીલ, વધુ માનવીય અને વધુ અર્થસભર રીતે જીવવાની પ્રેરણા પણ આપે છે.

આ સંગ્રહ એક પિતાના હૃદયની ધડકન છે, એક દીકરીના સ્મિતની ચાંદની છે, પ્રકૃતિના અખૂટ સૌંદર્યનો ગાન છે, અને માનવજીવનના સાચા સુખનો સાક્ષાત્કાર છે. આશા છે કે આ કૃતિ દરેક વાચકના હૃદયમાં સંવેદનાનો નવો દીપ પ્રગટાવશે અને તેને પ્રેમ, પ્રકૃતિ તથા માનવતાના વધુ નજીક લઈ જશે.

તા. 20-7-2026
હંસાબેન ચૌધરી.

~ કવિ પરીચય ~

ડૉ. બાબુ ચૌધરી વલસાડ જિલ્લાના નાનાપોંઢા તાલુકામાં આવેલ વાજવડ ગામના રહેવાસી. વ્યવસાયે શિક્ષક, પત્રકાર, કટારલેખક તથા સર્જક તરીકે તે હાલે ઉભરી રહ્યા છે.

પ્રાથમિક શિક્ષણ વાજવડ ગામેથી મેળવી, માધ્યમિક શિક્ષણ સાર્વજનિક હાઈસ્કૂલ, કોઠારમાં લીધું. પી.ટી.સી.નો અભ્યાસ પૂર્ણ કરી શિક્ષક તરીકે જોડાયા. ચાલુ વ્યવસાયે એમ.એ., બી.એડનો અભ્યાસ કરેલો. શિક્ષક તરીકે બાળમાનસને સમજતા, સમાજને સમજવા એમની મથામણ એમને પત્રકારત્વ તરફ વાળે છે. બાળપણ પ્રકૃતિમાં વિત્યું એટલે પ્રકૃતિ સાથેનો નાતો અતૂટ. જોગાનુંજોગ વ્યવસાયે પણ કપરાડાના ગિરિશૃંગો વચ્ચે પ્રકૃતિની ગોદમાંથી જવાનું થયું. પ્રકૃતિનું માણેલ સૌંદર્ય એમને સાહિત્યની દુનિયામાં ડગ માંડવા પ્રેરિત કરે છે. એમનામાં રહેલી સર્જક પ્રતિભા જાગે છે અને લેખન કાર્યની શરૂઆત થાય છે. છેલ્લા 25 વર્ષથી લેખનકાર્ય કરી રહ્યા છે. એમની લેખન પ્રતિભાને જોઈ વર્ષ 2024માં એમને ગાંધી પીસ ફાઉન્ડેશન નેપાળ દ્વારા કર્તવ્ય દક્ષ ફાઉન્ડેશન, નાશિક ખાતે માનદ્ ડૉક્ટરેટની પદવી એનાયત કરવામાં આવી. 'વાપી સંકેત' સાપ્તાહિકમાં સૌ પ્રથમ 'મોર કરે તે કળા' કોલમ લખી. જેમાં 200થી વધુ કહાનીઓ લખી. ત્યારબાદ દૈનિક પત્ર 'દમણગંગા ટાઈમ્સ'માં 'મારી બોલી મારી વાત' કોલમ શરૂ થાય છે. એમાંય 200થી વધુ કુંકણા ભાષામાં

કથાઓ લખી. આ બે કોલમે એમને મોટી ઓળખ અપાવી. હાલે એ જ દૈનિકમાં 'સંવેદન' કોલમમાં એમની સર્જનાત્મકતા અનુભવાય છે. કોઈ સમાજની સમસ્યા 'નાનાપોંઢાનો પત્ર'માં આવી રહી છે.

પત્રકાર, કટારલેખક અને સર્જકપ્રતિભાની એમની કાર્યશૈલીને ધ્યાને લઈ કેટલાક પુરસ્કારો તેમને મળેલ છે. વર્ષઃ 2021માં 'વેલ્ફેર', વર્ષ-2022માં 'નેશન બિલ્ડર', વર્ષઃ 2023માં ફરી 'વેલ્ફેર', વર્ષઃ 2023માં 'પ્રાઈડ ઓફ ભારત', વર્ષઃ 2024માં 'બાળશાસ્ત્રી જાંબેકર', વર્ષ 2024માં ફરી 'વેલ્ફેર', વર્ષઃ 2024માં 'આઈકોન' પુરસ્કારથી સન્માનિત કરવામાં આવેલ છે. 'આદિવાસી સાહિત્યમંચ' સાથે પણ સંકળાયેલા છે. આ મંચે પણ વર્ષ 2021માં અને વર્ષ 2024માં જિલ્લા પંચાયત વહીવટીતંત્ર (શિક્ષણ વિભાગ) વલસાડ દ્વારા સન્માનિત કરવામાં આવ્યા. 2025માં દિલ્લી ખાતે "દેશરત્ન" એવોર્ડ અને નાસિક ખાતે "કોહિનૂર" એવોર્ડથી સન્માનિત કરવામાં આવ્યા.

ડૉ. બાબુ ચૌધરીની પહેલી "ખિનુ" નવલકથા 2023માં પ્રકાશિત થઈ. આ નવલકથાને "પ્રાઈડ ઓફ ભારત" એવોર્ડ પણ પ્રાપ્ત થયો હતો. સને 2024માં "કોરોના ગલી" નવલકથા પ્રકાશિત થઈ. આ ઉપરાંત 'વહેતા નીર', 'થંભી ગયા નીર', 'હેદઅની ડોકી', (અપ્રકાશિત) નવલકથાઓ છે. એમનું ત્રીજું પુસ્તક "...કંઈ તો છે." ચોથું પુસ્તક "પીળો કેસૂડો" (ગઝલ સંગ્રહ) અને હવે બીજો ગઝલ સંગ્રહ "સાવર ફૂલેલી"ને આવકારું છું.

હંસાબેન ચૌધરી.
વલસાડ, નાનાપોંઢા
વાજવડ.

1. સાવર ફૂલેલી

ધવળી સાવર આ વનમાં જો, ખીલેલી છે સખી!
પ્રીતની કુંમળી કળી હૈયામાં મેલેલી છે સખી!

ગીત ગાતી બે સખીઓ સાદ પાડે છે મીઠો,
સૂર છેડે ને હવામાં આશ ઘેરેલી છે સખી!

ઝાંઝરીનો નાદ સાંભળ, વર તણો રણકાર છે,
લાગણી આ હૃદયની એમાં જ પરોવેલી છે સખી!

જોઈ વરને સ્નિગ્ધ હૈયું બાવરું બનતું જાય,
આંખમાં સપનાની આખી ફોજ ઠેલેલી છે સખી!

કેસરી વાઘા સજીને વર પધાર્યા આંગણે,
યાદની સુગંધ પર્વત પર જ રેલેલી છે સખી!

ધન્ય અવસર આ રૂડો ને ધન્ય છે આ સાંજ પણ,
જિંદગી આખી હવે એને જ સોંપેલી છે સખી!

૨. ખોવાયું બાળપણ

નહોતા પંખા કે નહોતું એસી, છતાંય લૂ ક્યાં લાગતી?
ઝાડની નીચે સભા ભરાતી, મજા ત્યાં ક્યાં ખૂટતી?

તડકો પીવો એ રમત હતી ને છાંયો એનો સાથ હતો,
ધૂળની ડમરી વચ્ચે પણ એ ખુશીઓ ક્યાં કરમાતી?

આજ ભલે છે સગવડ આખી, ભીંતોમાં ઘર કેદ છે,
બહાર રમવાની એ મસ્તી હવે ક્યાં કોઈને જાગતી?

બુદ્ધિશાળી એ જ હતા જે કુદરત ખોળે ખેલતા,
બંધ આ કાચના રૂમમાં એવી સમજણ ક્યાં પાંગરતી?

ગાયબ થઈ છે શેરીઓ ને ગાયબ થયા છે દોસ્તો,
યંત્ર જેવી આ દુનિયામાં માનવતા ક્યાં મલકતી?

યાદોના એ પટારામાં સચવાયેલું છે બાળપણ,
શોધો ફરી એ માટીને, જે ભીતર ક્યાંક તરસતી?

3. કુદરતનું હેત

ઉનાળે હું ખીલી ઉઠું છું, ગુલમહોર કહે છે ગર્વમાં,
લાલ કેસરી રંગ મારો, હું જ વ્હાલો સર્વમાં.

સનમહોર પણ બોલી ઉઠ્યો, પીળો મારો વેશ છે,
પીઠી ચોળી કન્યા બેઠી, એવો મારો ઠાઠ છે.

એટલામાં કેસૂડો આવ્યો, પાન ખરતા જોઈને,
હોળી ગઈ ને રંગ ઊડ્યા, પૂછતું નથી કોઈ મને.

વૈભવ બધો છે આ ક્ષણિક, વાત સમજો ફૂલડાં,
કાલ હશે આ ધૂળમાં, જે આજ લાગે રૂપડાં.

કોઈ લાલ ને કોઈ પીળું, ભેદ શાને રાખવો?
બાગ આખો એક છે, તો સ્નેહ પણ તો રાખવો.

અભિમાન તજીને મિત્રો, હળીમળીને આપણે રહીએ,
કુદરત તણા આ ખેલમાં, એકબીજાના થઈ લહીએ.

4. પ્રકૃતિની પોકાર

નથી સમજાતું માનવ કેમ મુજને આમ ધિક્કારે?
બનાવી સ્વાર્થની સીડી, મને હર પળ એ સંહારે.

હતી હું તો તમે છો, જીવ મારો શ્વાસ છે તારો,
વિના મારા મરણ તારું, ઊભો તું ક્યાં સહારે?

હજી પણ યાદ કર એ દિવસો જ્યારે મેં શ્વાસ રોક્યા'તાં,
હજારો માનવો મરતા હતા ખૂટી ગયે ધારે.

હું પીડાઉં છું જ્યારે ગ્રીષ્મમાં તું અગન વરસાવે,
બળે છે દેહ મારો, જીવ મારો હોમ તેં ક્યારે?

છતાં વરસાદના છાંટે હું ફરી પલ્લવિત થઈ ઊઠું,
ક્ષમા આપી તને હું મલકું છું નવરંગના દ્વારે.

મને તું સાચવી લેજે, તને હું સાચવી લઈશ,
કરે જો પ્રેમ તું મુજને, તો તારું જીવન એ તારે.

5. જીવનનો પ્રવાહ

નદી મધ્યમાં નાવ મારી વહે છે,
કિનારાના અવાજો હવે તો શમે છે.

બધે આ નભે ઘેરો અંધાર છાયો,
સતત વેગમાં આ સમય પણ વહે છે.

નથી સાથમાં કોઈ હોડી કે તારક,
બધું દૃશ્ય આધું ને અસ્પષ્ટ રહે છે.

તણાઈને આવે છે ડાળી ને પાંદડાં,
ઘણું આ પ્રવાહનું તોફાન કહે છે.

હશે ક્યાંક ઘૂમરી છુપાયેલી જળમાં,
જીવન પણ હવે એમ પલટા સહે છે.

ગતિ તેજ છે ને કિનારો છે વેગળો,
ખુદા! નાવ તારા સહારે વહે છે.

6. પ્રકૃતિ અને પ્રીત

ફરવાને ખેતરે જ્યારે હું જાઉં છું,
શાંતિની ગોદમાં ત્યારે ખોવાઉં છું.

પૂછે છે ઘાસના તણખલાં મને પ્રશ્ન,
આટલી માથાકૂટે કેમ મુંઝાવું છું?

નિરાંતે જીવ તું, શું કામ દોડે છે?
પ્રકૃતિના સાદમાં હું તો હરખાવું છું.

કહ્યું મેં પ્રેમ છે તારો જ ખેંચાણ,
એટલે મથામણ મહીં હું અટવાઉં છું.

તું જ મારો જીવ ને પ્રકૃતિ પણ તું જ,
તારા જ સ્નેહમાં હું તો છલકાવું છું.

જો તને સાથે લઈ જઈશ એક દિન,
માનવો શું કરશે? એ વિચારે ગભરાઉં છું.

7. તડકાનો ઉત્સવ

ભીંજવા ચાલ્યો ફરી હું, આજ તો તડકો ગમે,
બાળપણ જીવી રહ્યો છું, એટલે તડકો ગમે.

લૂ વહે છે વાયરામાં, તોય મન મારું મગન,
પગ તપે ને જીવ નાચે, એટલો તડકો ગમે.

લોક શોધે છે હંમેશાં શીતળતાની ઓથને,
હૂંફ જેની રગ રગે છે, એ બધો તડકો ગમે.

યાદ આવે છે પેલા વેકેશનના એ દિવસો,
ખેલવા કાજે મળેલો, એ ભલો તડકો ગમે.

કેસૂડાના રંગ જેવો, દેહ પર રેલાય છે,
સ્નાન કરવા કાજે આવ્યો, આ સજ્જડ તડકો ગમે.

ચાલ સાથે તું ય આવી જા હવે મેદાનમાં,
સાથ તારો હોય તો આ, આખરો તડકો ગમે.

૪. કેસૂડાનો સાદ

હાલ મારો જોઈને કેસૂડો આજે રડ્યો,
મૌન તારું જોઈને કેસૂડો આજે રડ્યો.

મેં પૂછ્યું કે 'કેમ ભાઈ આંખમાં આંસુ તરે?'
યાદમાં તારી જ આ કેસૂડો આજે રડ્યો.

તું હતો ત્યારે ખીલ્યું'તું રૂપ મારું ચોતરફ,
એ જ જૂના સાથમાં કેસૂડો આજે રડ્યો.

તું નથી તો રંગ મારો પણ હવે ફીક્કો થયો,
એકલતાની આગમાં કેસૂડો આજે રડ્યો.

મેં કહ્યું 'લાગણી તારા તરફ ઓછી નથી',
સાંભળી આ વાતમાં કેસૂડો આજે રડ્યો.

સાચવી રાખ્યા છે મેં તારા સ્મરણ પલકો ઉપર,
પ્રેમની એ પ્યાસમાં કેસૂડો આજે રડ્યો.

૭. શું થશે?

કાગળો પર વૃક્ષ વાવી શું થશે?
સસ્તી વાતોથી જમાના શું થશે?

હોય ના જો જતનની દાનત અહીં,
માત્ર સભાઓ ભરીને શું થશે?

શુદ્ધ વાયુ જોઈએ છે સૌને પણ,
બીજ રોપ્યા ના તો પાછું શું થશે?

ઉજવીએ પર્વ ભલેને હર વરસે,
જો ન તપશે લોહી તો પણ શું થશે?

સ્વાર્થમાં પૃથ્વીને બાંધી રાખશો,
તો પછી આવતી પેઢીનું શું થશે?

ચાલ 'સંકલ્પ' એક આજે પાળીએ,
નહિતર આ સૃષ્ટિનું અંતે શું થશે?

10. કુદરતનો વિસામો

નજર આ બધે લોભામણી લાગે છે,
કુદરતની આ સૃષ્ટિ ઘણી પ્યારી લાગે છે.

પવનની લહેરો જે અડકીને જાય,
હૃદયને હજી એ જ ન્યારી લાગે છે.

છે હરિયાળી ચાદર બિછાવી બધે,
ધરા પુષ્પની જાણે ક્યારી લાગે છે.

વિસામો અહીં બે ઘડી જો લઉં,
નથી જિંદગી હવે ભારી લાગે છે.

મળે શક્તિ હરદમ નવી આ ક્ષણે,
બધી વાત જગની આ સારી લાગે છે.

થઈ એકરૂપ જે પ્રકૃતિમાં રહે,
ખુશી એણે દિલમાં જ ધારી લાગે છે.

11. યાદોની ચાદર

યાદોની ઓઢી ચાદર, આખી એ રાત જાય,
જોઈ તસ્વીર તારી, પળમાં જ રાત જાય.

ખૂણે ખૂણે સ્મરણની, ફોરમ સતત લહેરાય,
આંખો ભીની કરીને, ઝરમર એ રાત જાય.

તારા વગર હવે તો, વેરાન આ મકાન,
દીવો બુઝાવી દઉં ને, તોયે આ રાત જાય.

શબ્દોમાં તારું નામ, હોઠો પર મૌન છે,
તારી જ વાતો કરતાં, આખી એ રાત જાય.

સપનામાં આવ તું તો, નીંદર સજી જશે,
તારા પ્રતીક્ષામાં જ, સઘળી આ રાત જાય.

પરોઢના ઉજાસે, હરફ પણ રડી પડ્યા,
તારી જ યાદ ઓઢી, મારી એ રાત જાય.

12. દિશાઓથી પર

ભીનાશ છે હવામાં પણ છતાં વરસાદ નથી,
ચોમાસાની અદબ છે પણ ક્યાંયે સાદ નથી.

સૂરજ અગોચર છે ને દિશાની પણ સમજ નથી,
આકાશમાં તો પૂર્વ કે પશ્ચિમનો સ્વાદ નથી.

ખૂણા નિપજાવ્યા છે નકામા માણસે અહીં,
ઈશાન કે નૈઋત્યનો નભમાં વિવાદ નથી.

જેને કહો છો 'નીચે' કે 'ઉપર' તમે સદા,
એ પાર છે આકાશથી, ત્યાં ભેદભાવ નથી.

બાંધી દિશાઓ દશ મનુષ્યોએ ભલે અહીં,
પર છે બધી સીમાથી એનો કોઈ બાદ નથી.

છે દિશાશૂળ પૃથ્વી પર નડે સૌને મગર,
આકાશ તો મુક્ત છે, ત્યાં કોઈ પ્રમાદ નથી.

13. પ્રકૃતિનો સાદ

હું નીકળ્યો જગત છોડી, કરી પરવા નથી તારી,
તજી મેં છાંયડાની કૂંપળો, જે ક્ષણ હતી પ્યારી.

કહ્યું કુદરત પછી રૂઠી, "અરે ઓ આદમી સાંભળ,
મેં વરસોથી કરી છે લોહી સીંચીને તરસ તારી.

નદીનાં નીર પીધાં તેં, પવનોમાં શ્વાસ લીધા છે,
હતી આ ધરતીની છાતી હંમેશાથી સજ્જ તારી.

કુરબાની કરી મેં પુષ્પની ને પાનની હરપળ,
બનીને રક્ષણ ઊભી રહી, આ મોસમ સજધજ તારી.

જો તું મુખ ફેરવી લેશે, તો આ દુનિયા ભૂંસી નાખીશ,
પછી નહિ હોય ક્યાંયે હસ્તી, કે નહિ મિલકત તારી.

14. કડવો છે પણ સાચો છે

હસીને મેં કહ્યું, 'તું રંજ ના કર, ઓ ભલા લીમડા,'
બધાં સમજી જશે તારું મૂલ્ય, ઓ ભલા લીમડા.

નથી સમજતી આ પેઢી, જે સ્વાદ પાછળ ઘેલી છે,
નથી દેખાતી તારી આ દયા, ઓ ભલા લીમડા.

સૂપ ને મંચુરિયનના કાચના મહેલો સજે છે જ્યાં,
ત્યાં ક્યાંથી ઉતરે તારી ગઢા, ઓ ભલા લીમડા?

તું રોગપ્રતિકારક શક્તિનું અખૂટ ઝરણું છે,
નથી કોઈ તારા જેવી દવા, ઓ ભલા લીમડા.

ભલે કહે કડવો તને, પણ લોહીને તું શુદ્ધ કરે,
અમૃત જેવી છે તારી દરેક હવા, ઓ ભલા લીમડા.

વધશે ગણના તારી ફરીથી એ જ આદરથી,
તું જ છે કુદરતની શ્રેષ્ઠ નવા, ઓ ભલા લીમડા.

15. સ્મરણની વસંત

સફેદ આ સાવર ખીલી ને તમે યાદ આવ્યા,
બગીચે મૌસમ અકેલી ને તમે યાદ આવ્યા.

હજારો લોક કહે છે કે હવે ભૂલી જાઓ,
મેં યાદો હૈયે વરેલી ને તમે યાદ આવ્યા.

હતી જે ડાળી પર ફૂલોની કોમળ પાંખડી,
મેં હળવેથી એ સ્પર્શેલી ને તમે યાદ આવ્યા.

વસંતે વાયુની લહેરોમાં મહેકી છે અત્તર,
સુગંધો રગરગમાં ઘેલી ને તમે યાદ આવ્યા.

ગયા છો દૂર પણ પર્ણે-પર્ણે નામ છે તારું,
કથા પ્રીતની આ લખેલી ને તમે યાદ આવ્યા.

16. જતનની વાત

મેં કરી છે ફૂલની જેવી જતન તારી સનમ,
છે ગલગોટા સમી જ નાજુક અગન તારી સનમ.

રોજ પાણી પાઉં છું ને રોજ જોઉં છું તને,
છે હૃદયના કુંડામાં છાની લગન તારી સનમ.

એક ગલગોટો ખીલ્યો ને તું ખિજાણી વાતમાં,
પણ બગીચો આખો છે મારું ભવન તારી સનમ.

હું કહી શક્યો નહિ એ પ્રેમની ખામી હતી,
મૌન રહીને મેં કરી છે બસ ભજન તારી સનમ.

જેટલો પંપાળું છું આ છોડને હું વહાલથી,
એટલી જ રેશમી છે આ તપન તારી સનમ.

તું વસે છે શ્વાસમાં ને તું વસે છે યાદમાં,
જીવી રહ્યો છું જોઈને આખું જીવન તારી સનમ.

17. પ્રકૃતિનો પ્રેમ

છોડી ગઈ જે સાથ મારો, એ બધી માયા હતી,
તું મળી જે રાહમાં, એ તારી જ છાયા હતી.

વનમાં ભટકતો જોઈને તેં પૂછ્યું 'કેમ એકલા?'
દિલમાં વસેલી દર્દની એ મોટી દુનિયા હતી.

મેં કહ્યું 'કોઈ નથી મારું જગતમાં ઓ પ્રિયા',
ને નજર તારી મહીં વરસી રહી દયા હતી.

બોલી તું, 'હું પણ અહીં છું એકલી યુગો થકી',
તારી મિલનની એ ઘડી કેટલી સંતોષિયા હતી.

તું જો ચાહે મુજને તો હું કરી દઈશ તરબતર,
રેલાવી તેં જે પ્રીત, એ કુદરતની કાયા હતી.

હવે નથી કોઈ રંજ કે કોઈ મને છોડી ગયું,
તારા શરણે જે મળી, સાચી જ એ માયા હતી.

18. વનનો આશરો

થાક ઉતારવા હવે વનનો જોઈએ આશરો,
ભમ્યા વગડે બહુ, હવે મનનો જોઈએ આશરો.

પૂછ્યું'તું જેણે પ્રેમથી કે 'કેમ છે નિરાશ તું?'
એ વૃક્ષની શીતળતાના કણનો જોઈએ આશરો.

કિનારો શોધવા મથ્યો હું તો આખી જિંદગી,
મળ્યો જે અંતે, એ સમર્પણનો જોઈએ આશરો.

બનીને તડકો જેણે મારી આશા બાળી હતી,
ત્યાં વન આખું વરસે એ ક્ષણનો જોઈએ આશરો.

એકલતાની એ સફરમાં સાથ સહુનો મળી ગયો,
હવે તો બસ આ કુદરતી શરણનો જોઈએ આશરો.

19. ઉધારની વાણી

કોયલ કનેથી મેં પછી મધુરપ ઉધારી છે,
વાણી હસી પડી ને અહંની સવારી છે.

શોધ્યા કરી મેં કુંજમાં એ કાળી કામિની,
જડતી નહોતી સાવ જે હૈયે વસારી છે.

આપી દીધો એ સૂર એણે પ્રેમથી મને,
મેં ખુદની ઓળખ ગર્વમાં આજે વિસારી છે.

લાગ્યું મને કે જીતશે હવે ટહુકો મારો સદા,
પણ એ ક્ષણિક સત્તા હવે મેં તો હારી છે.

ઓગળી ગયું અભિમાન જ્યારે મૌન છવાયું,
ખોટી હતી એ જીત જે મેં તો વધારી છે.

પોતાનો રવ ખોઈ બેઠો બીજાના નાદમાં,
મારી અસલિયત મેં જ હાથેથી મારી છે.

20. અનિત્યતાનું સૌંદર્ય

નિત્ય જે છે, એ જ સૌંદર્ય હણે છે,
રોજ વરસે એ ક્યાં વાદળ ગમે છે?

હોય જો કાયમ અહીં મેઘધનુષ તો,
કોણ પછી આકાશ સામે જુએ છે?

પુષ્પ સુંદર છે જગતમાં એ જ કારણ,
સાંજ પડતાં એ ધરા પર ઢળે છે.

કોયલના ટહુકા સદાયે ક્યાં મળે છે?
એટલે તો સાંભળવા જીવ તપે છે.

પ્રિયતમા જો પત્ની બનીને રહી ગઈ,
ગૃહસ્થમાં ત્યારે જ સ્વર્ગસ્થ મળે છે.

જીવન સુંદર છે વિરામોને લીધે જ,
અંત છે એટલે જ આ રોમાંચ જાગે છે.

21. વસંતની શોધ

મહેકતી આ હવા વચ્ચે તને શોધ્યા કરું છું હું,
ખિલેલી આ લતા વચ્ચે તને શોધ્યા કરું છું હું.

બની છે સૃષ્ટિ નવયૌવન, ધરીને રૂપ અદકેરું,
બગીચાની પ્રભા વચ્ચે તને શોધ્યા કરું છું હું.

નવા પલ્લવ, નવા પુષ્પો, બધે ફેલાઈ છે રંગત,
સુગંધી આ ફિઝા વચ્ચે તને શોધ્યા કરું છું હું.

ભલે હું મોહી બેઠો છું છતાં તું ક્યાંય મળતી નથી,
અધૂરી એ દશા વચ્ચે તને શોધ્યા કરું છું હું.

નિરંતર વન મહીં ભટકી રહ્યો છું એક આશાએ,
હૃદયની આ વ્યથા વચ્ચે તને શોધ્યા કરું છું હું.

મળશે તું કદીક તો એ જ શ્રદ્ધા છે હવે બાકી,
નસીબોની લખા વચ્ચે તને શોધ્યા કરું છું હું.

22. પ્રતીક્ષાનો ઉત્સવ

સાવ કોરા આંગણે ઠંડો પવન પણ આવશે,
જોતજોતામાં હવામાં એક પરિવર્તન આવશે.

બંધ આંખોમાં પછી દેખાશે સપનાંના પ્રાસ,
જ્યારે ફળિયામાં અચાનક ગંધ-ભીનું મન આવશે.

સૂર્ય છુપાયો હશે ને સવાર જેવી બપોર હો,
ત્યારે હીંચકે બેસશો તો ખુદ હરિનું મન આવશે.

દૂર વાદળમાં અટવાતો પેલો કાળો અંધકાર,
લઈને હોંશે મેઘનો મોટો અહીં લશ્કર આવશે.

શબ્દને આપો રજા ને મૌનનો શણગાર લો,
ચૂપ રહેશો તો જ તો પવનનો અસલી સૂર આવશે.

સાચું સ્વાગત હોય છે જે ભાવભીનું સાવ દોસ્ત,
ટૂંકી નોટિસ આપીને બસ, હમણાં જ એ ઝાપટું આવશે.

23. ભીના સ્મરણો.

ભીંજવી દે મન ક્યારીને, એવો અસલ વરસાદ હો,
બહાર તો હો જળબંબાકાર, અંદર પણ વરસાદ હો.

નેવાં વહેતાં છાપરેથી, સૂર રેલાતા અહીં,
યાદમાં ઝૂમે હજી એ, મધુર કલ વરસાદ હો.

આ સિમેન્ટના ધાબાંઓએ, છીનવ્યું સંગીત સૌ,
કાંશ્યનાં પતરાં ઉપર, ટપ-ટપ ગઝલ વરસાદ હો.

બંધ આંખે સાંભળું હું, એ પુરાણો રણકો,
ક્યાંક મારા મન મહીં, આજે અવિચલ વરસાદ હો.

ખાલી પલળવું નથી પૂરતું, આ તરસ્યા જીવને,
તરબતર કરી મૂકે, એવો સજલ વરસાદ હો.

સ્મરણોની આ ભીની માટી, મહેકતી રહે સદા,
અંતરે અમી છાંટતો, પક્ષપાતી પલ વરસાદ હો.

24. મિત્ર મારો લીમડો

કડવો લાગે છે છતાં એ તો ગુણોની ખાણ છે,
છોડશો ના સાથ એનો, એ જ સાચું ભાણ છે.

મેં કહ્યું કે ચાલ મિત્ર, રિસામણાં હવે છોડ તું,
તારું દાંતણ શ્રેષ્ઠ છે ને તું જ મારું ત્રાણ છે.

પાન તારાં પીઈશ હું, કડવાશને પચવી બધે,
સ્વાસ્થ્ય તારું વરદાન છે, તું અમરતનું વાણ છે.

દોસ્તી તારી અમૂલ્ય, મેં હૃદયથી સ્વીકારી,
તું અડીખમ ઊભો છે, તું જ જીવનું પ્રાણ છે.

રોગ સામે લડવા તારી શક્તિ કામે આવશે,
તું રક્ષક છે મારો, તું જ તીક્ષ્ણ બાણ છે.

હાથ મેં લંબાવ્યો ને લીમડો હસી પડ્યો હવે,
મિત્ર મારો લીમડો, એ પ્રેમનું લહાણ છે.

25. વસંતનો આવિષ્કાર

ઠંડીમાં થીજી ગયેલી આ ક્ષણોની વાત છે,
ને હેમંતે ઓઢેલી રજાઈ તણી આ વાત છે.

બારી અને બારણાં ભીડીને બેઠા છે બધાં,
ઘરમાં જ સંતાઈ ગયેલી એ હવાની વાત છે.

સૂરજ બિચારો શિખરોને ક્યાં અડી શકવાનો છે?
બરફાટ હૈયે જે જામી છે, એ વલોપાત છે.

પણ વહેવા જે મથે છે એ જ તો જીવી શકે,
જીવનના સાચાં ઉલ્લાસની આ રજૂઆત છે.

પિંગળીને વહી જવાની હોય જેમાં ઉત્સુકતા,
એને જ માટે તો વસંતનો નવો આઘાત છે.

અસ્તિત્વની સરવાણી ફૂટે જો ભીતરથી હવે,
બસ, એ જ તો તાજગી તણી સાચી શરૂઆત છે.

26. વસંતનું કૅલેન્ડર

ચોકઠાંમાં આ સમયને તો કેદ કીધો છે,
ઋતુઓને પણ ગણતરીનો વેદ દીધો છે.

સૂર્ય ને ચંદન હવે તો અંકમાં રાચ્યા,
ભરતી-ઓટને ય કૅલેન્ડરે છેદ દીધો છે.

નાના અક્ષર વસંત પંચમીના વંચાયા,
માત્ર મુહૂર્તનો જ એણે તો ભેદ દીધો છે.

હોળી રજા ન હોત તો શું હોત ઉત્સવમાં?
માનવીએ તો વસંતને સફેદ કીધો છે.

કુંભ મૂકવાની તજવીજમાં ભૂલ્યા ખુશ્બૂ,
લાગણીઓને ય રજાનો ઉમ્મેદ દીધો છે.

બહાર ખીલ્યું પલાશ ને અંદર તો રણ જેવું,
મેં જ મારી વસંતને આ ખેદ દીધો છે.

27. ઉનાળાનો ઉંબરો

બહાર ઊભો તાપ ને અંદર અમે બેસી મહીં,
ઋતુઓ સાથે હવે જૂનો કોઈ નાતો નથી.

કેરીઓનો રસ બહુ ભાવે બધાને આજકાલ,
પણ ગરમી વેઠવાનો કોઈને લ્હાવો નથી.

લૂ વહે છે લ્હાય જેવી, આપણને ખટકે બહુ,
ધૂળ સાથે રમવાનો આ જીવને ધાવો નથી.

કાચના આ મહેલમાં પૂરાઈને બેઠા બધાં,
મોસમની રંગત જોવાનો હવે લ્હાવો નથી.

હાફુસની એ મીઠાશ પાછળ તપ રહ્યો છે સૂર્યનો,
પણ તપન ને વેદનાનો આપણો નાતો નથી.

ઉંબરે માથું પછાડી થાકશે આ ઉનાળો,
બંધ બારણે લાગણીનો કોઈ દરવાજો નથી.

28. હવે અંતર વધ્યું

શિયાળો વેંત છેટે ચાલતો લાગે હવે,
થોકબંધ કપડાં મહીં એ મ્હાલતો લાગે હવે.

ગરીબોના નસીબે એ ઠુઠવતો પ્રેમ છે,
આપણને તો એ અજાણ્યો ભાસતો લાગે હવે.

હતું જે ગાઢ વળગણ એ બધું વિસરાઈ ગયું,
ફક્ત સ્વેટરની ગરમી પાળતો લાગે હવે.

હતી જે મોજ વરસાદે પલળવાની મજા,
એ અણગમો બનીને ઠાલતો લાગે હવે.

બાળપણ છૂટ્યું ને મોટા થઈ ગયા સૌ આપણે,
કાદવથી જે કિનારો જાળતો લાગે હવે.

કુદરતનો જે પરિચય છે હવે પુસ્તક મહીં,
માણસ એનાથી જ અંતર રાખતો લાગે હવે.

29. દિલની દવા

ભૂલી જઈ એ યાદ, ખુશ રહેવાની દવા,
શોધું છું હું હરઘડી આ રહેવાની દવા.

પાષાણ જેવું દિલ કરી જીવી જઈશ હું,
છે જખ્મ પર આ મૌન જ રહેવાની દવા.

રડાવે છે સતત એની ગયેલી બેવફાઈ,
આંસુ મહીં છે સ્મિત થઈ રહેવાની દવા.

દિલ જે તૂટ્યું છે એમના પથ્થર સમાં પ્રહારે,
આ ખુદની ભીતર શોધવી રહેવાની દવા.

બહેલાવવાની જીદ છોડી દઈશ હવે 'સાવ',
દૂર રહી ને પણ નિકટ રહેવાની દવા.

ગઈ કાલને ભૂલી અને સ્વીકારી હાલને,
છે જિંદગીમાં મસ્ત થઈ રહેવાની દવા.

30. વૃક્ષનો મર્મ

પર્ણના પડઘા મહીં પયગામ લાગે છે,
પવન પણ વૃક્ષમાં વિરામ લાગે છે.

ગાળીને લાવે છે જે એ સ્નેહના સૂરો,
કુદરતનું એ મધુરું નામ લાગે છે.

કાન માંડી સાંભળો તો ભેદ સમજાશે,
એ ધ્વનિમાં ખુદનો પણ મુકામ લાગે છે.

થાય છે એકાકાર જ્યારે વાયુ ને ડાળી,
સૃષ્ટિ આખી જાણે એક ધામ લાગે છે.

હોય પવન પણ વૃક્ષ હો તો જ એ ગવાય છે,
મૌન પણ શબ્દો મહીં તમામ લાગે છે.

ખોલો ભીતરના દ્વાર ને સાંભળો 'ભુવન',
આ ગુંજન તો ઈશ્વરનું કામ લાગે છે.

31. શરદનો ઠસ્સો

સીંચતી શીતળ હવા માહોલ આ,
ભેજ ત્યાગી ખુશનુમા માહોલ આ.

પારખે છે કોણ પવનના આ મિજાજ?
લૈને આવ્યો નવ હવા માહોલ આ.

બાગમાં જોજો ગલગોટાનો ઠસ્સો,
ખૂબ ખીલશે અવનવા માહોલ આ.

કેદ હોતું જે ચોમાસે ઘર મહીં,
મુક્ત થાવા ઝંખતા માહોલ આ.

વૃદ્ધ સ્ત્રી પણ કૂદશે ગરબે ચઢી,
વય ઘટાડે છે હવે માહોલ આ.

ખેલશે સૌ રાસ રળિયાતી રાતે,
સ્વપ્ન જેવો લાગતા માહોલ આ.

32. નવરાત્રિની એ રાત

નથી એમાં ઝાકઝમાળ કે નથી કોઈ આડંબર,
નવરાત્રિની રાત જાણે રૂપાળી ને લજ્જાળું સ્ત્રી. --- 1

દિવાળી તો છે બોલકણી ને આંખને આંજી દેતી,
પણ નવરાત્રિની રાત જાણે વિનયી ને લજ્જાળું સ્ત્રી. --- 2

ઘરના ખૂણે દટાયેલી નારીને પણ એવું લાગે,
ચોકમાં જઈને ઝૂમે એવી રૂપાળી ને લજ્જાળું સ્ત્રી. --- 3

વાસણ-કપડાં ભૂલીને જે ઓટલે જઈને વિરામે,
કામણગારી રાત જાણે કામણગારી ને લજ્જાળું સ્ત્રી. --- 4

એકલો પુરુષ સ્મરણમાં ડૂમો ભરીને બેઠો છે,
જૂની યાદો તાજી કરતી વિરહી ને લજ્જાળું સ્ત્રી. --- 5

શરદ પૂનમનો ચાંદ નભમાં ખીલીને પૂછતો ફરે,
ક્યાં છુપાઈ છે આ રાતે એકાંત ને લજ્જાળું સ્ત્રી? --- 6

33. ભીનો મિજાજ

વૃક્ષની ડાળે હજી પણ ભેજ છે,
પાન પર ટીપાંનો મીઠો ક્રેઝ છે.

રેલાતું ધરતી ઉપર આકાશી સુખ,
ધૈર્ય પાંદડાંનું ખરેખર તેજ છે.

કાળજું સુંવાળું પાંદડાંનું જુઓ,
હાર માની એ જ એની પરેજ છે.

યાદમાં સાજનની જે રડતી રહે,
આંસુ એનું રૂપ, એનો હેજ છે.

ગાલ પર સરી પડે જે બિંદુઓ,
એ વિરહિણીના મિલનનો સેજ છે.

વરસાદના આ સ્પર્શથી 'સીંચાયા' સૌ,
છે પાંદડાં પણ ભીનો ભીનો મિજાજ છે.

34. સવારનું મૌન

સવારે આ નભમાં ઉજાશ રેલાયો,
બધી સૃષ્ટિમાં પ્રેમ-પાશ રેલાયો.

ધરી રૂપ ને ગુણ શણગાર સજતી,
કન્યા સમી સવારનો ખાસ રેલાયો.

શિશુ જેમ પોઢ્યું છે માતાના ખોળે,
શબ્દોમાં એવો જ નિવાસ રેલાયો.

હજારો વરસોથી આ સૂરજ લલચાયો,
નીરખવાને મૌનનો સુવાસ રેલાયો.

કવિ તો બન્યો છે અનોખો ચોકીદાર,
હૈયે મૌનનો જ આભાસ રેલાયો.

સવારની સુંદરતા અનોખી છે 'ભુવન',
કણમાં પણ તેનો જ પ્રકાશ રેલાયો.

35. વસંતની પ્રતીક્ષા

શિશિરની આ સવાર કેવી શીતળતા ધારતી,
હૂંફનું આશ્વાસન આપી, મનને એ પંપાળતી.

કષ્ટ ક્યાં છે આ ઠંડીમાં? આ તો છે એક સાધના,
શુષ્કતાને ખંખેરીને, પ્રીત પ્રગટે અંતમાં.

કાનમાં કહી જાય છે કે, રાખ તું થોડી જરલ,
રાહ જોવી એ વસંતની, છે આરાધના અટલ.

ઈશ્વર નથી કોઈ શુષ્ક સ્વામી, એ તો છે આનંદમય,
સુહૃદય બની સૌ જીવનો, હરતો જગતનો સર્વ ભય.

લોકનો મહેશ્વર એ જ, 'બોસાધિબોસ' છે ખરો,
ખુદ મહીં રહેલી વસંતનો, ના કદી ત્યાગ જ કરો.

આત્મવંચના તજીને, સ્વીકારો પ્રકૃતિનો આ યોગ,
ખીલશે ભીતર વસંત, ટળશે બધાં મિથ્યા વિયોગ.

36. વસંતનો સત્સંગ

દૂરથી સંભળાય છે ટહુકા હવે,
ખુલશે હૈયે હેતના મલકા હવે.

પીડાઓ છોડી નીકળ તું બ્હાર દોસ્ત,
પુષ્પમાં મહેકે છે તારા વ્હાલ હવે.

સ્પર્શથી હથેળીને વાચા મળી,
કેળવી લે વૃંદની આ ચાલ હવે.

કૃષ્ણની હાજરીમાં ચોરી પણ કળા,
માખણીયા ભાવના હો હાલ હવે.

કાન મારા સાંભળે છે દિલ બની,
શબ્દમાં જાગ્યા વસંતી ખ્યાલ હવે.

સંગ એનો સાચો સત્સંગ છે 'ભુવન',
જીવ મારો થઈ ગયો તરબોળ હવે.

37. સવારનો શણગાર

પૂર્વમાં રેલાયું કિરણ, વૃક્ષ લહેરાઈ ગયું,
જોઈ સૂરજનું મુખડું, પાન હરખાઈ ગયું.

ટોચ પર બેસી સવારે ધૂપ ખાયે છે તરુ,
કેસરી રંગે જુઓ આખુંય ભીંજાઈ ગયું.

છે અગાશી પણ હવે તો વૃક્ષની ઊંચાઈએ,
આ નગરનું મન હવામાં ઉડી હરખાઈ ગયું.

કુંમળા કિરણો રમે છે પર્ણ સાથે રમત,
જોઈ પંખીનું ટોળું પણ અંજાઈ ગયું.

વાયુ થનગનતો ફરે છે ડાળીઓ વચ્ચે સતત,
પ્રેમનું આ ગીત જાણે મનમાં ગુંજાઈ ગયું.

રાતની ઠંડી ઉડીને તેજમાં ઓગળી ગઈ,
સૂર્યના સ્પર્શથી જગત આખુંય મલકાઈ ગયું.

38. વૃક્ષનું તેજ

ક્ષણે ક્ષણે બદલાય છે આ વૃક્ષનાં રૂપો નવાં,
છે પાંદડાંના ઓઠ પર સૂરજ તણાં ગીતો નવાં.

વચાળે બેઠો જે અહીં ખાલીપો શીળો થઈ અરે,
તેજોમય પર્ણ તણી એ શોભામાં રંગો ભરે.

કદી ન સૂરજ પાન સઘળાં એક સાથે જીતતો,
કોઈ ખૂણે છાંયો હજી પણ હોઠ સીવી બેસતો.

ભલે ને મધ્યાહ્ન તપે ને સૂર્ય માથે આવી જાય,
વૃક્ષની ડાળી મહીં તો ઠંડક અકબંધ રહી જાય.

કિરણો રમે છે ડાળ પર ને પાન સોનાનાં બને,
શીતળ હવામાં શ્વાસ આખા વિશ્વના તાજા બને.

આ મૌનનો ઉત્સવ અહીં હરદમ રહેતો હોય છે,
વૃક્ષ પોતે તેજમાં છાંયો થઈ વહેતો હોય છે.

39. પ્રેમનાં તણખલાં

તાપ, ટાઢા પવન સામે ઝઝૂમે છે,
પ્રેમનું આ ઘર હવામાં ઝૂમે છે.

પંક્તિએ પંક્તિ વિણેલાં છે તણખલાં,
એક કાવ્ય માળો બનીને ઘૂમે છે.

જો સમજ હોત માળાની આ જગતને,
કોણ બંદૂકને અહીંયાં ચૂમે છે?

વૃક્ષની ડાળે વણાયું છે સહજીવન,
આભ આખું આ ધરાને ચૂમે છે.

હોય છે હિંસા ફકત અજ્ઞાનમાં બસ,
પ્રેમ તો પંખી બનીને ઘૂમે છે.

ગૂંથણીમાં છે ભરેલો જીવ સૌનો,
દરેક કણ ત્યાં વ્હાલ થઈને ઝૂમે છે.

40. માનવતાની શરત

કતલખાના મટે દુનિયા ઉપરથી, તો પ્રભાત આવે,
પછી ના યુદ્ધની જ્વાળા કે ફાંસીની લત આવે.

હૃદયમાં જો વસે કરુણા, અદશ્ય બર્બરતા થાય,
પશુની આંખમાં ત્યારે જ વ્હાલપની રમત આવે.

જો હોત વાચા પશુઓ પાસે ને સમજાય જો ભાષા,
ખબર પડતી કે માણસ માટે કેવી હલકી વાત આવે.

રુધિરના ડાઘ ધોવાઈ જશે જે દી ધરા પરથી,
હકીકતમાં મનુજ હોવાની સાચી એ વફાત આવે.

અહિંસા પંથ જો ચાલે, બને આ વિશ્વ એક ઘર,
ન ક્યાંયે લોહીની છોળો, ન ડરની કોઈ રાત આવે.

બધે પથરાય જો મૈત્રી, મટે આ ક્રૂર સ્મારકો,
કહે 'ભુવન' જગત આખું, પ્રભુની એ જ સોગાત આવે.

41. માનવની રમત

ભેટ કુદરતની નથી, બસ લાચારી દેખાય છે,
જીવ આ સૃષ્ટિ તણા, બસ કરગરીને જાય છે.

ગાય ને બકરી કને છે શીંગડાં રક્ષણ કાજે,
પણ મનુષ્યો એમને ક્યાં કદી ગાંઠે ગણાય છે?

ઝેર પાયું છે પ્રકૃતિએ ભલેને સાપને,
પણ મનુષ્યોના ઝેરથી સાપ પણ ગભરાય છે!

દુશ્મની જાણે જનમની હોય એવું ધારીને,
સાપ પર માણસ બધી હિંમત કરી તૂટી પડે છે.

કોઈને આપ્યું ન કાંઈ, કોઈને સત્તા દીધી,
ભેદ આ કેવો વિધાતા, કે બધું વિખરાય છે?

હોય ના રક્ષણ છતાં જીવે છે લાખો જીવડાં,
શ્રેષ્ઠ હોવાનો ગૌરવ માનવીમાં ક્યાં પમાય છે?

42. સ્મૃતિની સુવાસ

બારી ઉપર એ વાળનું ગૂંચળું રહી ગયું,
જાણે કે કોઈ સ્મૃતિનું વળગણ રહી ગયું.

ટીપાં બનીને એમાં ફસાયો છે આ સમય,
વરસાદનું પલળેલું આ આંગણ રહી ગયું.

ઉત્તર ને પશ્ચિમે ગયો વરસાદ દૂર ખૂબ,
રેલવેના યાર્ડમાં બસ કંપન રહી ગયું.

આકાશ તો ધોવાઈને સાવ કોરું થઈ ગયું,
રંગો વિનાનું કેવું આ દર્પણ રહી ગયું.

મહેકી રહી છે દેહની ખુશ્બૂ પવન મહીં,
ભીનું હવામાં સ્ત્રીનું સમર્પણ રહી ગયું.

ઝોકાં પવનના વાળને હલાવી રહ્યા સતત,
થરકી રહેલું બુંદમાં જીવન રહી ગયું.

43. માનવતાની પરખ

પશુઓ સાથે વ્યવહારે, ગણાયે માનવી ખાનદાન,
નબળા પર જો ત્રાટકે તો, ગણાયે બળ એ તો નાદાન.

બાળક સામે જો લડે તો, નથી પહેલવાન એ સાચો,
બતાવે જોર નિર્બળ પર, તો સમજો શૂન્ય છે સન્માન.

નથી બુદ્ધિ જરા વાઘે, ભલે દેખાય એ ભયંકર,
હણીને જીવ એનો તો, ન મળે વીરતાનું દાન.

ગોળીથી ઠાર મારવો, નથી બહાદુરી એ તો,
ખરેખર જીત એ છે જ્યાં, રહે જીવોનું કંઈ સન્માન.

ગતિ એ હરણનું કવચ, નથી બીજું કોઈ હથિયાર,
કરે સંહાર એનો જે, નથી એમાં કોઈ શાન.

તજીને ક્રૂરતા 'ભુવન', બચાવો સૃષ્ટિના રત્નો,
દયા દિલમાં વસે જેના, એ સાચું ઈશનું સંતાન.

44. અવિશ્વાસની દરખાસ્ત

શાંત છે આ પાદરો ને મૌન આખું વન થશે,
જો બધાયે પક્ષીઓનું સાથમાં ગજવન થશે.

ભારા બાંધ્યા છે તમે તો મોરના પીંછાં તણા,
ક્યાં ખબર છે ટહુકાઓનું અહીં રુદન થશે?

વૃક્ષનો ઉચ્છવાસ ને આ પંખીઓનો કલરવો,
શબ્દ બનશે તો પછી માણસ ઉપર લડન થશે.

ખિસકોલી પણ આવશે આ દરખાસ્તના ટેકામાં,
સ્વાર્થના આ કિલ્લાઓનું જોજો હવે પતન થશે.

ભાષા સમજાતી નથી આપણને એમના મૌનની,
એટલે જ તો કુદરતનું હરઘડી હનન થશે.

કાફિયા જો હોય સાચા તો જ ગઝલો શોભતી,
બાકી તો આ શબ્દનું બસ વ્યર્થમાં વહન થશે.

45. દેડકાંની પાઠશાળા

અજબ આ માનવીના શોખનો ક્યાં કોઈ પાર છે?
જુઓ, દેડકાં ભણે એવી અહીં કૉલેજ તૈયાર છે.

ભલે હો ડાહ્યા તમે પણ વાત આ જાણી લ્યો જરા,
બિલ સ્ટીડના એ જ્ઞાનનો અનોખો આ પ્રસાર છે.

પહેલાં કરે સંમોહિત ને રેકોર્ડર એ છેડતો,
પછી દેડકાંના લોહીમાં હરીફાઈની ધાર છે.

નથી એ કૂદવા માટે ફક્ત, તાલીમ તો જુઓ,
ગજા બહારના વજન ઉપાડવાનો એને ભાર છે.

ભરે છે ફી માલિકો પંદરસો હોંશે હોંશે ત્યાં,
નવા જમાનાનો કદાચ આ જ તો સંસ્કાર છે.

ગજબની કૂદાકૂદની જામી છે મહેફિલ ત્યાં હવે,
પશુ ને પંખી કે જીવ પર માનવનો આ અખત્યાર છે.

46. અજાણ્યું પંખી

વૃક્ષની ડાળે અજાણ્યું રૂપ આવી જાય છે,
કોઈ પંખી મન હરણ કરનારું આવી જાય છે.

કદ નથી મોટું કે નાનું, મધ્યમ એની કાય છે,
દૃશ્યમાં અદ્રશ્યનું વળગણ ય આવી જાય છે.

કંઠ પીળો ને ઉપર ટપકું અનોખું કાળું છે,
પાંખના કથ્થઈ નયન સામે જ આવી જાય છે.

નામની તલવારથી એ તો બચી ગયું એટલે,
યાદમાં એનું જ ગાણું સાવ આવી જાય છે.

જોઈ લ્યો ધર ધરાઈને, ના પળ કોઈ થોભશે,
જોતજોતામાં જ એ અલોપ થઈને જાય છે.

ક્યાં ગયું ને ક્યાં હતું, એ પ્રશ્ન તો પંપાળવા,
ભીતરે સુંદરતાનું એક પૂર આવી જાય છે.

47. પક્ષીઓનો પગરવ

ક્યાંક છજા પર તો ક્યાંક એ ડાળ પર,
એ જ કાગડો બેસે છે હવે પાળ પર.

એ જ ઘરની ચકલી બોલી ચીંચીં જે,
લાડ પિરસતી જાણે એ તો થાળ પર.

પ્રેમથી માળો ગૂંથે છે એ ગૃહિણી,
ગીત ગાતી બેસીને કંઈ ઢાળ પર.

યાદ છે પેલી દેવચકલી વારતાની?
હોય નહિ એ વાસ્તવિકતાની જાળ પર.

તાર, થાંભલા કે ઊંચા એ એન્ટેના,
પગ જુઓ એના પડ્યા છે કાળ પર.

રંગ બદલે છે ભલે આ દુનિયા પણ,
એ જ કંપન છે મધુર આ તાલ પર.

48. પ્રતિબિંબનું યુદ્ધ

આરસીમાં જોઈ પોતાને વઢે છે ચકલીઓ,
કેમ પોતાની જ સામે આ ચઢે છે ચકલીઓ?

સત્યથી ભાગી છૂટવા આયનો શોધ્યો હતો,
ભેદ ના સમજી હવે એમાં સડે છે ચકલીઓ.

મુખડું જોયું નથી ને દોટ મૂકી બાખડવા,
કાચના કકડાં મહીં જઈને પડે છે ચકલીઓ.

તું જ તારો શત્રુ છે એ ભાન ક્યાં છે જીવને?
ભીતરે હોવા છતાં બહાર નડે છે ચકલીઓ.

ચાંચ મારે કાચ પર ને લોહીલુહાણ થાય છે,
પોતાના પડછાયા સાથે જ લડે છે ચકલીઓ.

રૂપનું એ ભાન જેને હોત તો શું થાત 'ભુવન'?
આમ મિથ્યા મોહના ખાડા તડે છે ચકલીઓ.

49. ચકલીની હઠ

પીઢિયા વચ્ચે મેં પૂંઠું રાખ્યું છે,
પ્રેમનું જાણે કે ભાથું રાખ્યું છે.

ભીંત-ઘડિયાળે ય માળો બાંધવા,
સ્થાન મેં હરદમ સવાયું રાખ્યું છે.

નીચે પડતું જોઈ ઈંડું સેવાયેલું,
જીવ કચવાતો ને રડવું રાખ્યું છે.

બાળહઠ કે હોય સ્ત્રીહઠ, શું કહું?
પક્ષીએ પણ જીદનું ગજવું રાખ્યું છે.

મેં ઉખેડ્યા લાખ વેળા માળા પણ,
એણે તણખલાંનું વળગણ રાખ્યું છે.

વંશવેલો આંગણે ખીલતો રહે,
એટલે મેં દ્વાર ખુલ્લું રાખ્યું છે.

50. સાવરનો શણગાર

ખીલી છે સાવર આજે, આખું ઉપવન હરખાય,
જોઈ લાલી લાલ ચટાકે, મારું મન હરખાય.

કેસરીયો વાઘો પહેરીને કુદરત બેઠી છે,
જોઈ એને પાન-પાન ને કણ-કણ હરખાય.

ક્યાં જઈને હું વાત કરું આ ભીતરી આનંદની?
તારા રંગે રંગાઈને મારું જીવન હરખાય.

તરુવર ડાળે ઝૂલે છે આ લાલ-લાલ મંજરી,
વાયરાના સંગાથે આજે પવન હરખાય.

ભરી ભરીને હૈયે આજે વ્હાલપ ઉભરાય છે,
જોઈ આ પમરાટ મધુરો, અંતર-મન હરખાય.

હું તારો ને તું છે મારો, એવો છે આ રંગ,
તારા રૂપે પાગલ થઈને મારું યૌવન હરખાય.

51. મેઘધનુષી મૌન

ગૂંજે છે કાનમાં મારા આ મૌન મેઘધનુષનું,
છે ઘોર ગડગડાટ પણ, મૌન મેઘધનુષનું.

છુપાવી રાખવી ભીતર આ ગમગીની સતત પણ,
થવું સફળ ને જીતવું એ મૌન મેઘધનુષનું.

વરસો વહ્યા આ આશમાં કે કોક સમજી લે,
વીતે છે આખું આયખું મૌન મેઘધનુષનું.

નિવાસ કાયમી કરે આ સંવેદના અહીં,
સાચું હૃદય છે સાંકળું ને મૌન મેઘધનુષનું.

બેસે છે જોને કોયલ પેલા કાંટાળા બાવળે,
સમજે ન કોઈ વાત તોય મૌન મેઘધનુષનું.

ટહુકા કરી શકે છે એ અપેક્ષા વગર જ તો,
છે દર્દમાં ય સ્મિત સભર મૌન મેઘધનુષનું.

52. ભીનો મિજાજ

ઝરે છે હજી પાંદડેથી આ ટીપાં,
વરસતા રહે છે હજી પણ આ ટીપાં.

હતી મેઘની ફોજ વિદાય પામી,
ધરતીને વહાલા થયા પણ આ ટીપાં.

નથી એના હૈયે જરા પણ કઠોરતા,
ખરે છે લપસીને જોને આ ટીપાં.

પિયુની પ્રતીક્ષામાં આંખો ભીંજાય,
ગાલ પર સજ્યા છે હવે પણ આ ટીપાં.

વિરહિણીના સૌંદર્યમાં રંગ પૂરતા,
રૂપના તો દરિયા થયા પણ આ ટીપાં.

મિજાજ આ પાંદડાનો છે ભીનો સદા,
પ્રેમનું તો અમૃત થયા પણ આ ટીપાં.

53. સાવર અને સાથ

ખીલે છે જ્યારે સાવર, ત્યારે અદેખાઈ આવે છે,
પંખીઓ સાથે એનો, નાતો વધતો જાય છે.

મેં પૂછ્યું સાવરને કે, કેમ તું મુજને નથી ચાહતી?
હું તને અનહદ વરું છું, એ તને ક્યાં દેખાય છે?

બીજ તારાં મેં જ વાવ્યાં, પ્રેમથી સિંચ્યા કરી,
યાદમાં તારી જ આખી, જિંદગી વિતતી જાય છે.

તું સચવાઈ રહે હંમેશાં, આવનારી પેઢીમાં,
એ જ કોશિશમાં દિવસ ને, રાત મુજ વીતી જાય છે.

રાખજે તું યાદ મુજને, થઈને માત્ર મારી જ હવે,
શ્વાસમાં તારી સુગંધો, કાયમી વસતી જાય છે.

છોને પંખી કલરવે તારા, હૃદય પર રાજ પણ,
તું હજી મારા જ હૈયે, ફૂલ થઈ ખીલતી જાય છે.

54. માનવ કે હિટલર ?

પથ્થરો પંદર ફેંકીને ઘા કરે,
વૃક્ષ સામે માનવી હંગામ કરે.

રાહ જોવાની જરા આદત નથી,
ઝાડની ધીરજ તણો ઉપહાસ કરે.

ક્યાં અદબ છે, ક્યાં વિવેક છે અહીં?
કેળવણી ના કુદરતને ખાસ કરે.

છે કઠિયારા જેવી વૃત્તિ માનવીની,
દરેક ડાળી પર જઈ ફાત્યા કરે.

માણસ એટલે હિટલર છે વૃક્ષને મન,
માત્ર સ્વાર્થ કાજે બધું પાયમાલ કરે.

પ્રેમથી પાકે ફળો એ ના ગમે,
બળજબરીથી જિંદગી બેહાલ કરે.

55. પ્રતીક્ષાનો વરસાદ

મુગ્ધતાની આંખમાં વિષાદ છે,
આભમાં છુપાયેલો સાદ છે.

રાહ જોવાની મજા કંઈ ઓર છે,
બાળપણની એ જ તો યાદ છે.

શરત લગાવી'તી મેં એની સાથમાં,
કોરોકટ મારો આ સંવાદ છે.

છલકાશે આ હેત આજે એમ હતું,
તડકો વરસે એ જ અપવાદ છે.

પ્રિયજન માફક રમાડે છે મને,
વરસાદ તો કેવો દગાબાઝ છે!

સૂકી નજરે મેં નિહાળ્યું આભને,
ભીંજાયા વગરનો આ સ્વાદ છે.

56. લીલાંછમ ઓઢણી

લીલાંછમ ઘાસને જ મારી કબર પાસે છવાઈ જવા દેજો,
મારી યાદોને પવનમાં હળવેથી વિખરાઈ જવા દેજો.

દિલના દુઃખને હવે શબ્દોમાં ન બંધાઈ જવા દેજો,
આંખના આંસુઓને શાંતિથી વરસાઈ જવા દેજો.

સપનાઓના શહેરે હવે મારે પાછા ન બોલાઈ જવા દેજો,
મારી ખામોશીને સદા માટે ગુંજાઈ જવા દેજો.

જીવનના બંધનોમાંથી મને આઝાદ થઈ જવા દેજો,
મારી રુહને આકાશે ઊંચે ઊડી જવા દેજો.

પ્રેમની યાદોને દિલમાં હળવેથી સમાઈ જવા દેજો,
વિતેલા પળોને મીઠી ખુશ્બુ બની રહી જવા દેજો.

અંતિમ ક્ષણે બસ એટલું જ વિનંતી સ્વીકારી લેજો,
લીલાંછમ ઘાસને કફન બની મારી પાસે છવાઈ જવા દેજો.

57. વૈરાગ્યનો ટાપુ

જોઉં છું આ ડાળખીની શૂન્યતામાં પ્રાણ હવે,
થાય છે કૂંપળ સ્વરૂપે ફૂટતું આદણ હવે.

જૂની ખરતી પાનખરનો પાઠ ના ભૂલી જવાય,
લીલોછમ વૈભવ બનીને આવશે ફાગણ હવે.

દસ દિશામાં પક્ષીઓનો કલરવો રેલાશે પણ,
ક્યાંક ભીતર મૌનનું સંભળાશે ગુંજન પણ હવે.

બંધ થાશે બારીઓ ને દ્રશ્ય પડોશી તણાં,
વૃક્ષ ઓઢી લેશે લીલું ઘટાદાર આવરણ હવે.

વાયરાની ગલીપચીમાં થનગની ઊઠશે આકાશ,
સાવ કોરા પાન પર જાગશે સગપણ હવે.

વૈભવોની ભીડમાં પણ એક ટાપુ હો અનોખો,
રાખવો છે સાચવીને મન મહીં વૈરાગ્ય હવે.

58. ભીતરનો વૈભવ

વૈભવ બધોય ફોગટ, વૈરાગ્ય જો નથી,
સાચો કોઈ જ એમાં, ભલીવાર પણ નથી.

મંદિર બનીને બેઠું, એકાંત આ હૃદય,
મૌનના એ ઘુમ્મટે, કૈં ભાર પણ નથી.

ફરકે છે આનંદની ત્યાં, ધજાઓ સદંતર,
જ્યાં શોરબકોરનો, દરબાર પણ નથી.

આ મૌન વૃક્ષ હળવેથી, કહી ગયું મને,
શબ્દો વિનાનો એવો, શણગાર પણ નથી.

અડખે ને પડખે વસે છે, ત્યાગ ને વૈભવ,
જુદા પથારા એના, લગાર પણ નથી.

ભીતર જો હોય શૂન્યતા, તો પૂર્ણતા જ છે,
બાકી આ જગમાં કોઈ, સાર પણ નથી.

59. પ્રેમની વાતો

કાયમી આ શબ્દમાં કંટાળો છે,
પ્રેમની વાતોમાં પણ કંટાળો છે.

સાંભળે કોણ અહીં દિલની વ્યથા?
સૌ કહે છે, "બસ હવે કંટાળો છે."

સાંભળનારા ભાગતા ડરથી હવે,
મૌનનો તો એટલે કંટાળો છે.

કાયમી અફસોસ છે આ વાતનો,
શુષ્ક આ દુનિયા મહીં કંટાળો છે.

હોય છે રણ જેવું મારું બોલવું,
રેતમાં ના પાય તો કંટાળો છે.

એટલે મેં વાતો કરવાનું તજ્યું,
ખુદ મને મારા મહીં કંટાળો છે.

60. વાંક કોનો?

વધ્યું શિક્ષણ છતાં આ કેવું વાતાવરણ છે?
બચપણમાં જ દેખાયું હિંસક આચરણ છે.

પુસ્તકોના ભાર નીચે દબાયાં છે સપનાં,
સંસ્કારો વિનાનું આ કેવું ભરણ છે?

શાળા બની છે આજે માત્ર હરિફાઈનું મેદાન,
માણસાઈનું અહીં તો સાવ વિસ્મરણ છે.

સમાજ પણ દોડે છે બસ લક્ષ્મીની પાછળ,
મૂલ્યોનું તો થતું અહીં નિત અપહરણ છે.

ખુલ્લી આંખે બાળક જૂએ છે ક્રોધ ઘરમાં,
માબાપના વર્તનનું આ બસ અનુકરણ છે.

શિક્ષણ કે સમાજ? કોને ગણવા ગુનેગાર,
બન્ને પક્ષે ઉભેલું આ જ મોટું ભારણ છે.

61. સહનશીલતાની છાયા

નથી તડકો નડતો, વનરાજીમાં એવો પ્યાર છે,
સહે છે એ ઋતુઓ, એટલે ખીલેલી હાર છે.

નથી શીખ્યો વિવેક ને નથી ધીરજ હજી એમાં,
ગયો છે ભૂલી માણસ, જે કુદરતનો સાર છે.

સહન શક્તિ નથી તેથી હૃદયમાં ઝેર જન્મે છે,
બધે હિંસા ને લૂંટફાટનો આ અંધકાર છે.

નથી ખમવું કશુંયે, બસ બધે જીતવું જ છે એને,
અહમમાં રાચતા માનવનો મિથ્યા ભાર છે.

જગત આખું લડે છે વેર ને યુદ્ધોના મેદાનમાં,
ખરેખર તો ક્ષમામાં જ વિજયનો પડકાર છે.

બનો વૃક્ષો સરીખા, શીતળતા વહેંચતા શીખો,
પરમ સુખ પામવાનો બસ એ જ એક જિંદાદિલ દ્વાર છે.

62. શ્વેત સાવરનો ઉલ્લાસ

સાવર આ ફૂલેલી જોને શ્વેત આજે થાય છે,
દિવ્યતા કેરું જગતમાં દર્શન આજે થાય છે.

હોળી આવી છે નિકટ એવો મળે છે જો સંકેત,
પ્રેમિકાના દિલ મહીં ઉત્સાહ નવો થાય છે.

ધબકતું હૈયું હવે તો પ્રેમના પાવન હેત,
લય મહીં એના મધુર ઝણકાર અનોખો થાય છે.

હોય સમણાં પ્યારનાં એમાં હવે થઈ એ સચેત,
નવો ઉમંગ ને નવો ઉલ્લાસ હૈયે થાય છે.

ખીલી ઊઠ્યું છે લતાનું મસ્ત આખું યે ક્ષેત્ર,
કેસૂડાની યાદમાં મન મસ્ત ઘેલું થાય છે.

બંધ રાખીને હવે અશ્રુ ભરેલા આ બે નેત્ર,
હૃદય તારા પ્રેમમાં લયબદ્ધ પાગલ થાય છે.

63. એક સાંજની મુલાકાત

નજર મિલાવી નજરોથી કંઈ વાત કહેવા આવી છું,
હું આજ વર્ષો જૂની એક રજૂઆત કહેવા આવી છું.

હતી મર્યાદા મળવાની છતાં તારો ખ્યાલ રાખ્યો છે,
હૃદયમાં જે દબાઈ રહી એ જ વાત કહેવા આવી છું.

ગયા છે દિવસો વીતી પ્રતીક્ષાના આ રસ્તા પર,
હું તારા પગરવની હરેક આહટ કહેવા આવી છું.

તું ના પૂછજે કે કેમ આટલી મોડી પડી આજે,
ખુદને રોકી ન શકી એટલે જ સાક્ષાત કહેવા આવી છું.

હતી જે મૌન આંખોમાં છુપાયેલી કથા અત્યાર સુધી,
એ મૌનને તોડી હવે હું જઝબાત કહેવા આવી છું.

નથી જોઈતી દુનિયા, બસ તારો એક સાથ જોઈએ,
ગઝલના આ છેલ્લા શેરમાં મારી હયાત કહેવા આવી છું.

64. રુણ પશુઓનું

દૂધ આપીને ઉછેર્યો વંશ આખો માનવીનો,
પ્રેમ પીરસીને નિભાવ્યો અંશ આખો માનવીનો.

ગાય, બકરી ને ભેંસના દૂધથી શક્તિ મળી છે,
એ જ અમૃતથી મટ્યો છે વંશ આખો માનવીનો.

દૂધ દેતા જે અટક્યા, તે કદી તરછોડાયા ના,
પાળવામાં જિંદગીનો અંશ આખો માનવીનો.

ઊંટડી કે હોય ગધેડી, સૌ સમાં છે આંગણે,
ધર્મ પાળવામાં ગયો છે વંશ આખો માનવીનો.

ઢાલની આ એક બાજુ સાવ સોનેરી ગણીએ,
સાચવી લેવા પશુને હંસ આખો માનવીનો.

ઋણ સ્વીકારી પશુનું, જે ભરે ડગલાં હવે,
સાર્થક કરી દેશે ખરેખર, અંશ આખો માનવીનો.

65. વરસાદ

વગર મોસમ પધાર્યો છે, અનોખો આ અસબાબ છે,
ભીંજાયું મન આ મારું, જાણે સપનું કે ખ્વાબ છે.

તપતી ધરાને શાંત કરવા, વાદળો ઝુકી ગયા,
કમોસમી આ હેલીનો, જુદો જ કંઈ રુઆબ છે.

લોકો કહે છે કંટાળો, મને તો વ્હાલ લાગે છે,
આ પ્રીતની વર્ષા મહીં, છુપાયેલો જવાબ છે.

જાણે કે આંગણે મારા, અચાનક તું પધારી હો,
તારા મિલન જેવો જ આ, વરસાદી શબાબ છે.

ભીંજાય છે આ તન અને, ભીંજાય છે આ શ્વાસ પણ,
તારા સ્મરણની સુવાસનો, આ તરબતર ગુલાબ છે.

ખુદને હવે રોકી શકું, એ તાકાત ક્યાં છે મારામાં?
વરસી રહ્યો છે મુજ પરે, કુદરતનો આ પ્રતાપ છે.

66. વિરહનો શ્રાવણ

બાવળિયાના કાંટા જેવો ડંખે છે આ શ્રાવણ,
પ્રીત વિના તો લાગે સાવ રણ જેવો આ શ્રાવણ.

રાધાના હૈયામાં પ્રજળે વિરહ તણી આ ઝાળ,
આંખોમાંથી વરસી પડતો થઈને જળનો પાવણ.

વનરાવનમાં મોરલાના એ ટહુકા વીંધે હૈયું,
યાદોના વરસાદે ભીંજવે મનનું સૂકું આંગણ.

જેને કોઈ પ્રિય નથી એને શું ફાગણ ને શું ભીનાશ?
એને મન તો કોરું ધાકોર વીતી જતું આ ફાગણ.

જલતત્ત્વની માફક મારું મન પણ વહેવા ચાહે,
ઢાળ મળે તો પ્રીત કરી ને થાવું મારે ઓગણ.

તારા વિરહની વેદનામાં હું પલપલ ઝૂર્યા કરતો,
કાંટા જેવો ડંખે છે આ શ્રાવણ, પ્યારો શ્રાવણ.

67. મનનો પ્રવાહ

હૃદયના દ્વાર ખોલીને, લયમાં વહેતી આ ગઝલ છે,
ભીતરના મૌનને તોડી, સતત વહેતી આ ગઝલ છે.

નથી આ શબ્દની માયા, પ્રકૃતિનો જ પગરવ છે,
યુગો જૂના પરિચયને, ફરી કહેતી આ ગઝલ છે.

હતી જે ભીડ હૈયે, એ બધીયે ઓસરી ગઈ હવે,
એકાંતના ખૂણે બેસી, મને સહેતી આ ગઝલ છે.

ગયો'તો શોધવા જેને, હું પર્વત ને નદી કેરે,
મનના ઊંડા પ્રવાહોમાં, સદા રહેતી આ ગઝલ છે.

ક્યાંક પહોંચવાની જીદમાં, એ અધીરી થઈ ગઈ છે,
સમંદરને મળવા માટે, નદી થઈ વહેતી આ ગઝલ છે.

હવે પાછો ફર્યો છું પણ, અસર એની નથી જાતી,
બનીને યાદ પાંપણ પર, હવે રહેતી આ ગઝલ છે.

68. મારી લાડકી ખિન્ની

ખિન્ની મારી લાડકી ને પ્યારનો અવતાર છે,
એના હસતા મુખડે જાણે ચાંદનીનો સાર છે.

રોજ સવારે જોઉં એને, ખુશીઓ છલકાઈ જતી,
એના સ્મિતે આ જગતમાં તેજનો અંબાર છે.

સ્પર્શ એનો જાણે પવનમાં મીઠી ખુશ્બુ ભેળવે,
એના હોવાથી જ મારા ઘરનો આ શણગાર છે.

સ્વપ્ન એની આંખમાં ને દિલમાં પ્રીત નિતરે સદા,
ધબકતા મારા હૃદયનો એ જ તો આધાર છે.

એના પગલાંથી હવે તો ઘર આ મંદિર થઈ ગયું,
ઈશ્વરે દીધેલી ભેટ આ સૌથી બહુ કીમતી છે.

જિંદગીની હર પળે એ જ્યોત બનીને સાથ છે,
ખિન્ની મારી દીકરી, બસ દુનિયામાં સહારો છે.

69. દીકરીનો વહાલ

ખુશીઓનો નવો પલકાર લાગે દીકરી,
હૃદયનો મીઠડો ધબકાર લાગે દીકરી.

બગીચામાં ખીલેલો હાર લાગે દીકરી,
સતત વરસી રહેતો પ્યાર લાગે દીકરી.

નજરથી દૂર જો જાયે, અધૂરો શ્વાસ છે,
જીવનનો સાચો આધાર લાગે દીકરી.

ખરેખર ભાગ્યશાળી જેમના ઘરે રમે,
પ્રભુનો શ્રેષ્ઠ ઉપહાર લાગે દીકરી.

હસે જ્યારે, બધી પીડા તુરંત ભૂલી જવાય,
સુખદ અમૃતતણો રણકાર લાગે દીકરી.

ભલે હો વિશ્વ આખું એક બાજુ ઓ 'ભુવન',
જગત આખુંય આસાર લાગે દીકરી.

70. પ્રેમનો સ્પર્શ

ખિન્ની નામે દિલ મહીં ઉત્સવ લાગે છે,
નામ લેતાં મન મહીં વૈભવ લાગે છે.

સાંભળું જ્યારે હું એનું નામ તો,
કોઈ મીઠો મન મહીં કલરવ લાગે છે.

આંખ સામે નામ એનું જે ક્ષણે,
સાક્ષાત્ ઈશ્વરનો જ એ અનુભવ લાગે છે.

દર્દ જે મારા હૃદયનાં છે બધાં,
નામ એનું શ્રેષ્ઠ જ આસવ લાગે છે.

ભાગ્ય મારું જાગી ઉઠ્યું છે હવે,
જિંદગીનો અર્થ આ ખિન્ની જ લાગે છે.

71. પ્રેમનો ચાંદ

દીકરીનું મુખ જોઈ મનમાં હરખાઉં છું,
સાક્ષાત દેવી જોઈને હું શરમાઉં છું.

ચહેરો નરદમ ગોળ જાણે ચાંદ છે,
શીતળતા પામીને હું પણ મલકાઉં છું.

દૂધથી ધોયેલ લાગે છે આ મુખડું,
નિર્મળતા જોઈ એની હું મરકું છું.

નાકનું ટેરવું અણીદાર છે ઘણું,
તીક્ષ્ણતામાં સ્નેહ ઘેરો પરખું છું.

આંખ ગોળમટોળ કેવી ચમકે છે,
એમાં ડૂબીને હું દરિયો તરું છું.

હોઠ જાણે કળી થઈને પાંગરે,
પીડા ત્યજીને હું હવે સંચરું છું.

72. ઘરનું અજવાળું

ઘર મહીં જે સદા પ્રેમ વરસાવતી,
એ જ તો આંખનો તારો થઈ આવતી.

રાત કાળી ભલે હોય ચોમેર પણ,
દીકરી સ્મિતથી જ્યોત પ્રગટાવતી.

હોય અંધારું આખા ય સંસારમાં,
તે છતાં તે અજવાળાં જ ફેલાવતી.

પૂનમની ચાંદની ઝાંખી લાગે નકી,
રૂપ એવું તે આંગણ સજાવતી.

દિલ મહીં હેતનો એક સાગર ભરી,
હર પળે હર સમય યાદ હરખાવતી.

ભાગ્યશાળી ગણું હું મને ખુદ હવે,
સ્વર્ગની એ પરી મન ભીંજાવતી.

73. દેવીનું રૂપ

હૃદયમાં જે ઝણકાર આપે છે દીકરી,
ખુશીનો નવો દ્વાર આપે છે દીકરી.

નાચી રહ્યો છું મગ્ન થઈને આજ હું,
સતત એવો પ્યાર આપે છે દીકરી.

કુદરતનો માનું ઉપકાર દિલથી સદા,
સજીવન જે સંસ્કાર આપે છે દીકરી.

નસીબદાર હું છું કે આંગણ ખીલ્યું,
મીઠો એવો આવકાર આપે છે દીકરી.

દેવીનું રૂપ છે એ સાક્ષાત જોઈ લો,
સ્વર્ગનો જ આકાર આપે છે દીકરી.

નથી ભાગ્ય આવું કોઈનું આ જગત પર,
મને ઉત્તમ સદ્દભાગ્ય આપે છે દીકરી.

74. મારી વસંત

ખીલે છે જ્યારે તે ત્યારે વસંત લાગે છે,
ખિન્નીના સ્મિતમાં આખું જગત લાગે છે.

ઝરે છે ફૂલ મુખથી ને મહેક વરસે છે,
પરિવારના ઉપવનમાં અજબ રંગ લાગે છે.

ચમકે છે દાંત એના જ્યારે તે મલકે છે,
વીજળીના લિસોટા જેવો પ્રસંગ લાગે છે.

દરેક ખૂણે પ્રસરાવે છે એ તો ખુશીઓ,
ઘરના આ આંગણિયે ઉત્સવ ઉમંગ લાગે છે.

પવિત્ર એના ભાવમાં ગંગા વહે નિત્યે,
જાણે કે સ્વર્ગનો અહીં જ સત્સંગ લાગે છે.

ખિન્નીના હોવા માત્રથી છે રોનક બધે,
જીવનના હર પળમાં એનો જ સંગ લાગે છે.

75. મધુર સૂર

ખિન્ની મારી સાથે મધુર સ્વરે વાતો કરે છે,
હૃદયમાં સાત સૂરનો સંગીત ગુંજે લાગે છે.

"પપ્પા" કહીને શરૂ કરે પ્રેમાળ એની વાત,
એ શબ્દમાં જ કોઈ મીઠી પ્રીત વસે લાગે છે.

નાની નાની વાતોમાં હાસ્યના ફૂલો ખીલે,
એના ચહેરા પર ચાંદની જેવી કિરણો લાગે છે.

મારા દિવસની થાક બધો પળમાં જ ભૂંસી જાય,
એના શબ્દોમાં કોઈ જાદુ છુપાયેલો લાગે છે.

હાથ પકડીને કહે કથા સપનાઓની નિર્મળ,
એના સ્વરમાં સ્વર્ગનો કોઈ સરગમ વાગે છે.

જીવનના દરેક ક્ષણે એ મારી સાથે રહે,
ખિન્ની હોય ત્યાં જ તો સુખનો દરિયો લાગે છે.

76. વહાલનો દરિયો

વહાલનો દરિયો ગણું ને કાળજાનો કટકો છે,
જીવ મારો એ જ મારી લાકડીનો ટેકો છે.

નામ એનું 'ખિન્ની' જાણે મધબધ્યું એક ગીત છે,
જે મને ગમતું સતત એ જિંદગીની પ્રીત છે.

શેરડી જેવી ગળપણમાં એ મીઠી કાંગરી,
ફૂલડી જેવી લચકતી ચાલ એની બાવરી.

એ હસે તો એમ લાગે ઝરતું અમૃત ચારેકોર,
મુસ્કુરાહટથી શમે છે અંતરનો બધો જ શોર.

વાત કરતા એમ લાગે વાંસળી વાગી રહી,
સૂર છેડે ને હવામાં રાગણી જાગી રહી.

છે નજાકત પાંખડી જેવી અને પતળું બદન,
જાણે કાગળ પર લખાયું વહાલનું આખું ભવન.

છબી હૈયામાં મઢી છે અમૃત જેવી મીઠડી,
દીકરી મારી બધી જ દુનિયામાં છે દીઠડી.

77. શબ્દના શણગાર

શબ્દ જ્યારે હોઠથી છૂટી ગઝલ બની જાય છે,
એ પછી તો દિલ મહીં સીધી ઊતરી જાય છે.

સૂર ને સંગીતનો એવો જાદુ એમાં ભળે,
સાંભળીને મન ખરેખર ખૂબ મોહી જાય છે.

પ્રેમમાં ડૂબેલા માનવ સ્વર્ગથી ઉતરી અને,
આ ગઝલની મહેફિલોમાં સાવ ઓગળી જાય છે.

છંદ, રદીફ ને કાફિયાનો ખેલ એવો છે અજબ,
ભાવમાં તરબોળ થઈ દુનિયા બદલાઈ જાય છે.

હોય ભલે ખિન્ની કે મન, શબ્દ જો સાચા મળે,
રેશમી લયમાં જિંદગી આખી વીંટાઈ જાય છે.

'ભુવન' અંદાજે ગઝલ જ્યારે કોઈ છેડે અહીં,
દર્દ પણ સંગીત બનીને રાગ બની જાય છે.

78. સ્મિત

બનીને પુષ્પ તું આ જગમાં સદા મહેકતી રહે,
ખુશી મારી છે એ જ કે તું સદા હસતી રહે.

નથી જોઈતી મારે દુનિયાની બીજી કોઈ ખુશી,
બસ તારા મુખ પર સ્મિતની લહેર રમતી રહે.

બની આદર્શ તું આ સમાજને ઉજ્જવળ કરજે,
નેકીના પથ પર તારી આ ડગલી ચાલતી રહે.

ભલે હો પાનખર પણ તારું વન હર્યુંભર્યું રહે,
ઉમીદોની કળીઓ તારા આંગણે ખીલતી રહે.

સુગંધ તારી પ્રસરે ચારે દિશામાં હે ખિન્ની,
ને ભલાઈની જ્યોત તારા અંતરે બળતી રહે.

દુવા છે 'ભુવન'ની કે તું સિતારો બની ચમકે,
ને આખી આ સૃષ્ટિ તારા તેજથી ઝળહળતી રહે.

79. પ્રેમનું પુષ્પ

બાગમાં ખીલેલું તું સુંદર ગુલાબી ફૂલ છે,
તું સદા હસતી રહે, એ જિંદગીનું મૂલ છે.

તારી ખુશીમાં જ મારી ખુશીનો દરિયો વહે,
તું નથી તો આ જગત પણ સાવ રણ સમ ધૂલ છે.

હારશે પનઘટ બધો તારા મધુર એ સ્મિત પર,
તું હસે તો વિશ્વ આખું લાગે કે અનુકૂળ છે.

રાત અંધારી ભલે હો, તું જ મારો સૂર્ય છે,
હિંમતે ડગલાં ભરે તો માર્ગ સઘળો ફૂલ છે.

કોઈ પણ સંજોગ આવે, તું કદી ના હારજે,
તું અડીખમ પર્વતો જેવું હૃદયનું શૂલ છે.

ખિન્ની મારી, તું રહે હરદમ સુગંધિત પુષ્પ સમ,
તારા વિના આ જિંદગીની હર ઘડી બસ ભૂલ છે.

૪૦. દિલની રાણી

ખિન્ની તારા રુસણાંથી દિલ આ મારું તૂટશે,
તું હસે તો ભાગ્ય મારું જોબન બનીને ફૂટશે.

હું રિસાઉં તો તું આવીને વળગી જાય છે,
પ્રેમનો આ બંધ તારા હાથથી ક્યાં છૂટશે?

લાડ તારા જોઈને જીવી રહ્યો છું હું અહીં,
તારા રસ્તા પર જઈને દર્દ મારું ખૂટશે.

તું જ મારો છે સહારો, તું જ મારી છે ગતિ,
તારા વગર તો શ્વાસ મારો અદ્ધર વચ્ચે લૂંટશે.

લાડકી ને પ્યારી છે તું, દિલની તું જ રાણી છે,
તારા મુખડે સ્મિત જોઈ દુઃખ બધાયે છૂટશે.

રાત આખી તારા સપના સાથ આપે છે મને,
સૂર્ય પણ તારા તેજમાં આવીને અહીં અટશે.

81. પ્રેમની ગંગા

પડીને સાવ જ્યારે એ અચાનક રડતી આવે છે,
બધું પડતું મૂકીને ત્યારે દુનિયા દોડતી આવે છે.

મને કહેવા મમત એ લાડનું ભાથું લઈ આવે,
નયનમાં આંસુ ને હોઠે મધુરું હસતી આવે છે.

હું પૂછું ક્યાં તને વાગ્યું? બતાવે આંગળી એ તો,
ખુશીના પૂર ઉમટીને ગજબની મસ્તી આવે છે.

હું ફેરવું હાથ ત્યાં ઘા પર ને પીડા ભાગતી ક્ષણમાં,
શાંત થઈને પછી મારા એ ખોળે બેસતી આવે છે.

નથી કોઈ શરત આમાં, નથી કંઈ માગણી એમાં,
સમજ એ પ્રેમની ગંગા સતત વહેતી જ આવે છે.

બનું હું ઢાલ તારી ને તું મારું આખું આલમ છે,
ખુદાની રહમ આ ઘરમાં તારાથી વસતી આવે છે.

૪૨. દીકરીનો વ્હાલ

માથાનો ઘા રૂઝાઈ ગયો, દીકરી તારા પંપાળથી,
દુનિયાનું સુખ મળી ગયું, તારા આ મીઠા વહાલથી.

દોડીને આવી લાડકી, ચિંતા ભરી આંખો મહીં,
જાણે કે અમૃત ઝરતું હોય, તારા કામળ હાથથી.

પીડા બધી ગાયબ થઈ, જોતા જ તારું મુખડું,
રાહત મને મળી ગઈ છે, બસ હરખના આ નાદથી.

દવા લગાડી પ્રેમની, ને ફૂંક મારી વહાલની,
દર્દ બધાં શમી ગયા, તારા જાદુઈ સ્પર્શથી.

ઈશ્વર તણું આ રૂપ છે, તું જ મારો છે આશરો,
ઘર આખું મહેકી ઉઠ્યું છે, તારી મધુર મુસ્કાનથી.

ખિન્ની તારા આ સ્નેહમાં, જન્નત મને દેખાય છે,
ધન્ય થયો છે જન્મ આ, બસ તારા એક અહેસાસથી.

83. લાડ

ભૂખનું બહાનું લઈને એ રમત કરવા આવે છે,
મારી પાસે આવીને એ બસ લાડ કરવા આવે છે.

કહે છે 'ભૂખ લાગી છે' પણ એને ક્યાં ભોજન જોઈએ?
એ તો પોતાની મસ્તીમાં મને હસાવવા આવે છે.

નથી જોઈતું કાંઈ બીજું, બસ બે ઘડીનો સંગાથ,
ખુશીઓના ખજાના એ હૈયે ઠાલવવા આવે છે.

જ્યારે હસાવું એને હું, મટી જાય છે બધી ભૂખ,
પ્રેમના ઘૂંટડા પીવા ને મને પીવડાવવા આવે છે.

ખિન્નીના એ નાદાન મુખ પર સ્મિત રેલાય છે,
જાણે આખા જગતનું સુખ એ બતાવવા આવે છે.

રહીને પાસે હંમેશાં એ પ્રેમ વરસાવતી રહે છે,
જીવનના રણમાં મીઠી વીરડી બનીને આવે છે.

84. મારી લાડકી ખિન્ની

હું ખોટું રિસાઉં તો એ વહાલથી રીઝવે છે,
મારી દીકરી ખિન્ની નવા હાલથી રીઝવે છે.

પંપાળીને માથે મને એ જિદ કરે છે કેવી,
ભૂલી જઈ બધું એ મધુર ચાલથી રીઝવે છે.

હું હારું છું જાણીબૂઝી એની મનાવટ પાસે,
એ નાના અમસ્તા સજળ ભાલથી રીઝવે છે.

નથી જોઈતી દુનિયાની કોઈ અમીરી મારે,
એ પપ્પા કહીને મને ગાલથી રીઝવે છે.

હસીને વળગતી જ્યારે એ કોમળ બાહોમાં,
ત્યારે એ પ્રેમના જ અગણિત લાલથી રીઝવે છે.

ખુશીથી ઝુકી જાઉં છું હું એના વહાલ સામે,
ખિન્ની મને એના જ સૂર-તાલથી રીઝવે છે.

85. મારી દીકરી

સવારના એ વહાલમાં એ સાદ દઈ ગઈ,
ગઈ છે નિશાળે પણ મીઠી યાદ દઈ ગઈ.

દિવસ આખો વીતે છે બસ એના જ વિચારોમાં,
ખુશીઓના મને અનંત આશિષ દઈ ગઈ.

હશે ક્યારે નજર સામે? પ્રતીક્ષામાં સમય વીતે,
હૃદયના આંગણે એક આછો ઉન્માદ દઈ ગઈ.

નથી એ દૂર મારીથી, નજર સામે જ છે એ તો,
તસ્વીર એની મુજને એક સંવાદ દઈ ગઈ.

હરપળ ભલે હોય છેટી, અહેસાસ છે પાસે,
મિલનનો એ મને કેવો પ્રતિસાદ દઈ ગઈ.

'ભુવન' આ સ્નેહના બંધન કદી તૂટ્યાં નથી તૂટતા,
પિતાના પ્રાણમાં એ પ્રેમનો નાદ દઈ ગઈ.

86. લાડની નિરાંત

ખિન્ની કહે છે કામ હવે બહુ ના કરો,
શાંતિ ધરીને ઘરમાં હવે બસ ઠરી પડો.

થાક્યા હશો તમે સતત દોડીને રસ્તો,
મારું કહીને લાડ હવે થોડું તો જંપો.

હું પણ હસીને સ્મિત સહ માની લઉં બધું,
કહેતો હવે હું કામ મહીં ના કદી પડું.

આવે છે જ્યારે યાદ એ વાતોની લહાણી,
નીતરે છે આંખે વહાલની ગંગા સમી વાણી.

બેસું જઈને પાસ તો હળવો થતો આ દેહ,
ઉતરી જતો ક્ષણમાં બધો દિવસો તણો એ મેહ.

ખિન્ની તારા એ લાડમાં વિસામો છે મારો,
દુનિયા મહીં સૌથી મધુર આરો છે મારો.

87. મૌનની નિરાંત

રુઠું હું ખિન્નીથી અને રુઠે છે મારી મા,
બેસે નિરાશ થઈ પછી રડતી રહે છે મા.

જાવું કોની પાસે હવે મુંઝવણ છે આ હૈયે,
ખૂણે બેસીને એકલી થાકી ગઈ છે મા.

પાસે આવી ખિન્ની પૂછે, "કેમ રિસાયા છો?"
મૌનની નિરાંતમાં બસ પોઢી ગઈ છે મા.

રિસાયા ક્યાં છીએ અમે? આ તો છે એક પળ,
શાંતિના સાગરમાં જુઓ ડૂબી ગઈ છે મા.

વહાલ પપ્પાને કરી ખિન્ની હસી પડી ત્યારે,
જોઈને એ સ્મિતને પછી શાંત થઈ છે મા.

લાગણીના આ સંબંધોની કેવી છે આ માયા,
ખિન્નીના એક વહાલમાં પીગળી ગઈ છે મા.

૪૪. શ્વાસ-ખિન્ની

ખિન્ની નજરથી દૂર જો પળવાર થાય છે,
ત્યારે જ શ્વાસ મારો આ રુંધાઈ જાય છે.

આખી ધરા પર વાયુ જો ઓછો થતો લાગે,
દીકરી જ મારી જીવવાનો આધાર થાય છે.

શોધે છે આંખો એને આખા જગમાં બધે,
એના વગર તો શૂન્ય આ સંસાર થાય છે.

જેમ બાગ આખો ખીલતો જોતાં જ ફૂલને,
એના સ્મિતે આ જીવનમાં મધુર પ્યાર થાય છે.

પ્રાણવાયુ બનીને એ વસે છે રુંવાડે મારા,
દીકરી થકી જ ભવ આ મારો પાર થાય છે.

ઈશ્વરની કોઈ દેણ છે અણમોલ આ જગમાં,
દીકરી હોવી એ ખુદનો સાક્ષાત્કાર થાય છે.

૮૯. ભૂખનું બહાનું

પ્રેમમાં એ રોજ નવા અખતરા કરતી હતી,
ભૂખ લાગી છે કહીને દિલ હરી લેતી હતી.

એક મીઠું જૂઠ બોલી પાસ ખેંચી લાવતી,
સાચું પૂછો તો ફકત મારો સમય ઈચ્છતી હતી.

જ્યાં નીકળતા સાથમાં અમે શહેરની સીમમાં,
ત્યાં બધી એ ભૂખને પળમાં ભૂલી જતી હતી.

મેજ પર ખાણું પડ્યું રહેતું હતું એમ જ સદા,
એ તો બસ મારી નજરમાં ડૂબતી રહેતી હતી.

પ્યારમાં એના વળી કેવી તરસ કેવી ક્ષુધા?
એ મને જોઈને પોતાનું ઉદર ભરતી હતી.

છે અજબ આ ખેલ 'ખિન્ની'નો જુઓ તો દોસ્તો,
ભૂખના નામે એ મુજને મેળવી લેતી હતી.

૧૦. લાડકી

સાવ કોરી ને સરગવાની શીંગ જેવી કાયા છે,
વહાલના દરિયા મહીં ઓગળતી આખી માયા છે.

કાંખે બેસીને ફરે એ, ને કરે છે લાડ બહુ,
એના સ્મિતે તો હૃદયમાં રોશની છવાયા છે.

હાથ ફેલાવી મને કહેતી કે "બાપુ, ઊંચકો",
સ્પર્શમાં એના ગગન આખું હવે જણાયા છે.

હું હૃદય ભરી લાડથી એને ફરાવું ચોતરે,
થાક મારો એના લટકા જોઈને પલાયા છે.

વળગી રહેતી ડોક મારી, જાણે વળગી કોઈ વેલ,
પ્રેમના આ બંધનોમાં જિંદગી સમાયા છે.

સાવ કોરી ને સરગવાની શીંગ જેવી કાયા છે,
ઈશ્વરે આ વહાલની પ્રતિમા અહીં પધરાયા છે.

91. સ્વર્ગનો રણકાર

ધરતી ઉપર આ કોનો મીઠો રણકાર બન્યો છે?
જાણે આખું અંબર આજે કલાકાર બન્યો છે.

ખિન્ની ચાલે ને આખું આ જગ જાગી ઊઠે છે,
પાયલનો એ સૂર હૃદયનો ધબકાર બન્યો છે.

ઝાંઝરના ઝંકારે નાચે નભના તારા સઘળા,
સૃષ્ટિનો કણ-કણ આજે તો લયકાર બન્યો છે.

અપ્સરાઓ સ્વર્ગ તજીને અચરજમાં ઉતરી છે,
મૃત્યુલોક જ એમના કાજે શણગાર બન્યો છે.

સાંભળવા એ નાદ અહીં જે રોકાઈ ગઈ કાયમ,
ભૂલોક જ દેવો માટેનો દરબાર બન્યો છે.

તારી ગતિમાં લય છે એવો ‘ભુવન’ જેવો મીઠો,
કે પથ્થર પણ હવે સૂરનો ઝબકાર બન્યો છે.

૧૨. સ્મિતનો અંબાર

ખિન્ની હસતી તો અહીં મોતી ઝરે છે,
કોઈના હોઠે અજબ જાદુ તરે છે.

દાંત જાણે છે ખરેખર દાડમકળી,
જોઈને એને બધાયે દિલ હરે છે.

સ્વર્ગમાંયે ક્યાંય આવી કળા નથી,
રૂપ આવું તો જગતમાં ક્યાં જડે છે?

એના મોઢે દાંતનો અંબાર અદ્ભુત,
જાણે અમૃત કુંભમાંથી કંઈ ખરે છે.

મન કહે છે કે હસાવો એને લાવો,
જોઈ મુખ એનું બધી ચિંતા મરે છે.

ભૂલી જઈએ સ્વર્ગના ટુકડાને પણ,
જ્યારે આ સ્મિત હોઠ પર આવી ધરે છે.

૧૩. સ્પર્શની દુનિયા

તારી આંગળીઓ ફરે છે, જાદુઈ સ્પર્શ લાગે છે,
સૂના મારા આ જગતમાં, પ્રેમનો હર્ષ લાગે છે.

થાક સઘળો ઉતરે છે, ચેન મનને ખૂબ આવે,
જાણે મુલાયમ રેશમી, કોઈ આ સંઘર્ષ લાગે છે.

હું બધું ભૂલી જઈને, એની દુનિયામાં વસું છું,
આશરો એવો મળ્યો કે, જીવતર આદર્શ લાગે છે.

મન ભરી ઉમળકા મળે છે, વહાલની ગંગા વહે છે,
શુષ્ક મારા રણ મહીં, આ સ્નેહનો વર્ષ લાગે છે.

દુઆ કરતો હું રહું છું, સાથ તારો આ રહે બસ,
તારા અડવા માત્રથી, સો સો મને ઉત્કર્ષ લાગે છે.

કુદરત કને માંગું હવે, આ સ્પર્શ કાયમ રહે સદા,
તારા વિના તો જિંદગી, કેવળ વિવશ લાગે છે.

94. શ્યામ ઝુલ્ફો

અમાસી રાત જેવી એની કાળી લટ દેખાય છે,
અષાઢી સાંજ જેવી શ્યામ આ આફત દેખાય છે.

વાદળો ડિબાંગ છાયા હોય જાણે વ્યોમમાં,
એ રીતે વિખરાયેલી એની મથામણ દેખાય છે.

રેશમી એ સ્પર્શ એનો, મુલાયમ એની આ અદા,
કેશમાં ખોવાઈ જવાની એક મમત દેખાય છે.

જો મળે મોકો જરી તો હું સમરું વાળને,
શાંતિથી બેસી રહેવાની જ હિંમત દેખાય છે.

આંગળી મારી ફરે ને ગૂંચ બધી ઉકલી જશે,
પ્રેમથી માવજત કરવાની મુરબ્બત દેખાય છે.

ખિન્ની તારા કેશમાં છે કેદ આખી દુનિયા,
એ જ કાળા વાળમાં મારી તો જન્નત દેખાય છે.

૯૫. સ્મરણોની સગડ

દૂરથી તારો ગુંજતો એ સાદ યાદ છે,
આજ પણ એ મીઠડો સંવાદ યાદ છે.

ભીડમાં હોઉં ભલે હું ગમે ત્યાં દોસ્ત પણ,
તારો એ રણકો ને તારો નાદ યાદ છે.

લાખ ચહેરાઓ હશે અહીં આસપાસમાં,
તું હૃદયમાં છે મને બુનિયાદ યાદ છે.

તું ગમે ત્યાં હોય પણ તારી સુગંધ છે,
પ્રેમનો એ મઘમઘતો આસ્વાદ યાદ છે.

જગત આખુંય ભલે મુજને ભૂલી જાય પણ,
તારી આંખોનો મને એ યાદ યાદ છે.

હું ભલે બંધન મહીં જીવું અહીં 'ભુવન',
તારી મૈત્રીમાં થયો આઝાદ યાદ છે.

૧૬. પપ્પાનો સહારો

વધે છે ગૃહે આ મીઠો ઝગડો,
લડે છે અહીં ભાઈ-બહેનનો ઝગડો.

રડે ખિન્ની ને દોડતી એ જ આવે,
બતાવે મને ભાઈનો જે લબાડો.

કહે 'પા' જુઓ ભાઈ મારે છે મુજને,
બનાવે છે પપ્પાને એનો જ વાડો.

છુપાઈને પાછળ કરે એ ઇશારા,
બતાવે વિજયનો ગજબનો મરોડો.

મળે છે મને પ્રેમ એના રુદનમાં,
બને છે પિતા દીકરીનો જ અડો.

કદી ધાક ભાઈની પલકમાં ઓગળતી,
જુએ ગર્વથી જ્યારે પપ્પાનો ખાડો.

97. પ્રતીક્ષા

રહીને રાહમાં ખિન્ની હવે થાકી જવાની છે,
મમ્મીને એ જ પૂછે કે પપ્પા ક્યારે આવવાના છે?

એકલવાયું લાગે છે જ્યારે સૂના રસ્તાઓ પર,
નજર એની ગલીના મોડ પર અટકી જવાની છે.

હજારો પ્રશ્ન આંખોમાં લઈને એ બેઠી છે રસ્તે,
નિરાશા એના ચહેરા પર સતત છલકી જવાની છે.

સમય જાણે થંભી ગયો છે એની આતુરતામાં,
ઘડી બે ઘડીમાં આ સાંજ પણ ઢળી જવાની છે.

અચાનક સાદ સાંભળતા જ દોડી આવશે સામે,
બધી યે વેદના પળભરમાં હવે શમી જવાની છે.

ગળે વળગીને એ જ્યારે વહાલ કરશે હેતથી,
પિતાની થાક આખી એ પળે ઉતરી જવાની છે.

૧૪. ખિન્નીનો પ્રેમ

પુષ્પ જેવી છે ખિન્ની ને પુષ્પ એને ખૂબ ગમે,
પુષ્પ એ આપે મને ને હાથ મારો એ નમે.

એ નિખાલસ ભાવથી હરદમ રહેતી ફૂલ વીણતી,
લાગણીના આ પ્રસંગે કાળ પણ ક્ષણભર થમે.

પ્રેમથી સ્વીકાર કરતો હું હરેક પળ ફૂલનો,
માન આપી લાગણીને, સ્મિત હોઠે આ રમે.

ખુશ થતી એ જોઈને તો હરખ મારો માય ના,
ખુશી એની જો મળે તો દુઃખ દુનિયાના શમે.

રાહ જોવી પુષ્પની ને સાથ એનો હો પ્રિયે,
પ્રેમ મારો જીતશે જો હાર એમાં પણ ખમે.

ધબકતું આ હૃદય મારું ફક્ત એના નામથી,
ખિન્નીના સંગાથમાં આ જિંદગી આખી ગમે.

૧૧. મિલનનો ગ્રંથ

સાથે મળીને એક નવો, વિશ્વાસ લખીએ,
પ્રેમનો આ ગ્રંથમાં, ઉલ્લાસ લખીએ.

ખિન્ની હસે ને ખીલશે, આ ઘરનું આંગણ,
સ્મિતમાં એના જરી, આકાશ લખીએ.

જો ભુવનનું નામ લેતાં, શાંતિ વર્તે,
એ જ પળમાં આપણે, મધમાસ લખીએ.

હંસા તણી શીતળતા છે, જીવનની પુંજી,
લાગણીના નીરમાં, વિશ્વાસ લખીએ.

સંપ હો તો સફળતા, પગ ચૂમતી આવે,
સહું હૃદયમાં એક નવો, ઈતિહાસ લખીએ.

ધર્મ એ છે કે જગતને, કંઈક નવું દઈએ,
આ ગઝલને જીવવાનો, પ્રાસ લખીએ.

100. સરસ

નવા કપડાં સજી જ્યારે, પૂછે છે કેમ લાગું છું?
હું હસીને કહી દઉં 'સરસ', ખુશીમાં એને જોઉં છું.

જરા મરકટ હસીને હું, વધાવું રૂપ એનું બસ,
થનગની નાચતી ત્યારે, બધું એમાં જ પામું છું.

ધરીને વસ્ત્ર એ નૂતન, ધરે છે રૂપ એ ન્યારો,
એના હર એક અંદાજે, નવું આખું જગત જોઉં છું.

ઘડી બે માટે એ એના, મનોરથમાં જ મ્હાલતી,
હૃદયના ખૂણે એની, રમતને હું નીરખું છું.

ખુશી એની બને મારી, સુખદ સાંજની એ મિરાત,
એ રાજી થાય છે ત્યારે, હું પોતે મલકાઉં છું.

કહે છે 'ખિન્ની' ને મનડું, સદા આમ જ તું હસતી રહે,
તારા હર હાસ્યમાં મારો, અસલ હિસ્સો હું શોધું છું.

101. મધુર કજિયો

સવારે રોજ આંગણમાં મજાનો જંગ જામતો,
લડાઈમાં પછી મમ્મી બધે હારીને થાકતી.

કદી કપડાં ગમે ના ને કદી તો વાળ ઓળાવા,
કરીને જીદ એ મારી જ પાસે આવી બેસતી.

બની મારો જ પક્ષ એ તો મને હથિયાર પણ કરતી,
હસીને ખડખડાટ એ તો મધુરું ઝેર રેડતી.

તૈયાર જેવી થાય કે બદલાઈ જાય એ આખી,
પછી એ મમ્મીને આખા ઘરે છેલ્લે જ શોધતી.

ગયો ક્યાં ગુસ્સો ને ક્યાં ગઈ પેલી બધી વાતો?
વળગી મમ્મીને વહાલી વળી એ વહાલ વેરતી.

હતી જે દુશ્મન હમણાં બની ગઈ પ્રાણ એનો એ,
અનોખી પ્રીતની આવી ગઝલ ખિન્ની જ ગૂંથતી.

102. તારી ગઝલ આવશે

યાદમાં તારી હવે આ દિલ ગઝલ લખતું થયું,
મૌન પણ તારું જુઓ કેવું ગઝલ લખતું થયું.

કાગળ ને પેન લઈને તું ગૂંથતી શબ્દો નવા,
એ જ લયમાં આજ મારું મન ગઝલ લખતું થયું.

તું કહેતી, “જોજો મારી પણ ગઝલ આવશે હવે,”
આજ એ શ્રદ્ધા વિશે કાવ્ય ગઝલ લખતું થયું.

તું જ મારો પ્રાસ ને તું જ રદીફ છે જિંદગી,
ખુદ સ્મરણ તારું બની અક્ષર ગઝલ લખતું થયું.

જે લખ્યું તેં હરફમાં એ સાદગીનો અર્ક છે,
જોઈ તારું લેખન આ ‘ગૌહર’ ગઝલ લખતું થયું.

શબ્દ તારા સાંભરીને આંખ ભીની થઈ જરા,
ને પછી આ દર્દ પણ સુંદર ગઝલ લખતું થયું.

103. જીવંત ખૂણા

હશે તું જો ઘરે ખિન્ની, તો આખું ઘર હસે ખિન્ની,
વિના તારા મને આ તો, બધું કોરું દસે ખિન્ની.

ખૂણે ખૂણે બધે તારી, જ પ્રતિક્ષા કરું છું હું,
નજરમાં તું વસે જ્યારે, હૃદય હળવું થશે ખિન્ની.

સૂનું આંગણ અને ભીંતો, તને ગોત્યા કરે છે બસ,
હવા પણ તારું નામ લઈને, કાનમાં કંઈ કહે ખિન્ની.

નથી જોઈતી મારે દુનિયા, નથી જોઈતા આ ખજાના,
ફક્ત તારી જ મસ્તીમાં, બધી મિલકત જડે ખિન્ની.

હશે તારો જ કલરવ તો, સજાવટ ઘરની લાગશે આ,
નહિ તો શૂન્યતા ચારે, તરફ આવી ડસે ખિન્ની.

ગઝલના આ કવન જેવી, સદા તું ખીલતી રહેજે,
પિતાના પ્રેમમાં તું તો, હંમેશાં જીતશે ખિન્ની.

104. દીકરીનો વહાલ

નજરથી દૂર થાઉં તો મને એ શોધતી ફરે,
બધે એ વહાલ સોચી આંખ આકુળ-વ્યાકુળ ફરે.

હું જોઉં પાછળ છુપાઈને તો રડમસ મુખ થતું,
પછી એ મમ્મી-મમ્મી બોલતી બસ રડતી ફરે.

ખબર છે એને કે હું આસપાસે જ ક્યાંક છું,
છતાંય પાંપણોમાં પ્રશ્ન લઈ એ મથતી ફરે.

જરીકે ઓથ ના દેખાય તો ગભરાઈ જાય છે,
ભરેલી ફાળ હૈયામાં સતત એ ડરતી ફરે.

હું પાછળથી અચાનક બોલું 'બેટા' એક વાર,
તો હરખાઈને પાછી એ બધું વિસરી ફરે.

મળે આલિંગન ને પછી એ શાંત થઈ બેસે,
નિરાંતે જીવ મારો પણ હવે ઘરમાં ફરે.

105. પિતા જ મારી પ્રકૃતિ

વહેતા પવનમાં જેનો મીઠો અણસાર, પિતા છે,
ખૂલે જો આંખ સામે, મંગલ સંસાર, પિતા છે.

હું ખિન્ની લાડકી એમ જ નથી બની આ જગમાં,
ઝીલે જે વાર મારા, એ જ તો ઢાલ, પિતા છે.

નથી હું દૂર તારાથી, ઓ પુષ્પ! તું સમજ પહેલા,
ખરેલાં પાનનો પણ જે બને આધાર, પિતા છે.

ગગન આખું ય મલકે છે, નદી કલરવ કરે મીઠો,
બધી વનરાઈમાં વ્યાપેલો એ વિસ્તાર, પિતા છે.

મળે છે ધૂપમાં છાંયો, ટાઢમાં હૂંફ જે આપે,
ઋતુ બદલાય પણ, જે અચળ રફ્તાર, પિતા છે.

મને પૂછો છો કેમ આટલી હું પ્યારી સૌને છું?
પ્રકૃતિના કણેકણમાં બસ મારા, પિતા છે.

106. દીકરીનો પ્યાર

મેં પૂછ્યું દીકરીને, પ્યારું છે કોણ? હું કે આ મોબાઈલ?
પછી એ સ્તબ્ધ થઈ ગઈ, ને જરા છવાઈ ગયું ત્યાં મૌન.

વિચારીને પછી બોલી, 'પપ્પા હું ફક્ત તમારા માટે છું',
પૂછવાનું શું હોય? તમારો આ સવાલ છે સાવ ગૌણ.

મેં કહ્યું, 'તું સમય તો આખો દી' મોબાઈલ સંગ વિતાવે છે',
તને આ ગાડરિયા પ્રવાહમાં ખેંચી ગયું છે અત્યારે કોણ?

મારી સાથે તું ઓછું બોલે, ને એમાં જ તું ખોવાયેલી રહે,
તારા વગર આ ઘરમાં લાગે છે મને બધે જ સૂનમૂન.

સાંભળી વાત મારી, એણે મૂકી દીધો તરત મોબાઈલ છેટે,
હવે એ મારી સાથે રમે છે, જાણે ખીલ્યું હોય નવું વન.

પપ્પાની વહાલી ખિન્ની હવે સાચો પ્રેમ નિભાવી રહી છે,
સાચા સ્નેહ આગળ યંત્રો લાગે છે સાવ ઠીંગણું વમન.

107. રમવાનો સમય

સવાલ એ જ મનને સતાવે છે કાયમ,
કે ભણશે તે શું ને શું કરશે તે કાયમ?

ભલેને ભણતરમાં એ ઉત્સાહ દાખવે,
રહે મહેનતનો એના પર ભાર કાયમ.

હજી ઉંમર એની છે બસ ખેલવાની,
ન બાંધો આ ભવિષ્યના તાર કાયમ.

કિતાબોના આ પાનામાં ખોવાઈ જાશે,
ના ખૂંચે આ ભણતરની ધાર કાયમ.

અરે વ્હાલી ખિન્ની, તું રમવાને આવ,
ના મળશે આ રમતીલી હાર કાયમ.

આજે તો તારે બસ મારી સંગ રમવું,
નથી રહેવાની આ મજા યાર કાયમ.

108. લહેરખીનો સાદ

હવાની લહેર પૂછતી, ક્યાં ગઈ ખિન્ની હવે?
રમવા માટે એ બિચારી, રાહ જોતી અહીં હવે.

ખીલતું જે સ્મિત એનું, બાગમાં લહેરાય છે,
પુષ્પની સુગંધ એને, ગોતતી રહેતી હવે.

જોઈને આનંદ મારો, આભમાં ના માય છે,
દીકરીને વહાલ કરવા, વાયરો ઝૂકે હવે.

કેવું પ્યારી સૌને લાગે, રૂપ મારી લાડકી,
ચાંદની પણ સાથ એના, ખેલવા માંગે હવે.

એક પિતાનું હૃદય આ, ગર્વથી ફૂલી ગયું,
સૃષ્ટિ આખી દીકરીને, પ્રેમથી પંપાળે હવે.

જીવન આખું ધન્ય મારું, સાદ સાંભળી પવનનો,
બાળપણ ખિન્નીનું મારે, આંગણે મહેકે હવે.

109. વસંત અને દીકરી

વસંત આવી તો આંગણ નવો ઉછાળ થયો,
કે દીકરીના હસવાથી બધે ગુલાલ થયો.

ખિન્ની લહર જેવી એ તો લચકતી ચાલે છે,
બગીચાના દરેક ફૂલનો એ હાલ થયો.

શરમાઈ જાય છે કળીઓ જોઈ રૂપ એનું,
છતાં ન કોઈ પુષ્પને કદી મલાલ થયો.

એ મ્હાલે છે જ્યારે વસંતના આ વાયરામાં,
ધરાની ધૂળનો પણ કેવો ભાગ્યશાળ થયો?

નથી ઈરખા ફૂલોને, છે ગર્વ એની રંગત પર,
ખુદ વસંતનો જ જાણે એ નવો સવાલ થયો.

ખિલે છે સ્મિત એનું તો મહેકે છે આખું ઘર,
દીકરીના આવવાથી જ વસંતનો કમાલ થયો.

110. દીકરીની યાદ

નભ વિષે જ્યારે સિતારા યાદ આવે,
સ્મિત રેલાતી એ પ્યારા યાદ આવે.

રાત આખી જે ઝબૂકે છે ગગનમાં,
એ જ દીકરીના નઝારા યાદ આવે.

જોઉં છું હું તો બધે બસ રૂપ એનું,
ક્યાં હવે બીજા સહારા યાદ આવે?

રૂપ એનું ચાંદનીમાં પણ વસે છે,
રેશમી લટના અંશારા યાદ આવે.

હોય ભલે આખું જગત સામે ઊભેલું,
બસ મને તો એ જ તારા યાદ આવે.

સાંજ પડતા 'ઝીલ' જેવું તેજ રેલાય,
ખિન્ની તારા એ ઈશારા યાદ આવે.

111. પ્યારનો ભંડાર

સરગવાની લવચીક આ કાયા તારી,
છે અનોખી અને સાવ ન્યારી તારી.

રૂપનો અંબાર તું તો બનીને વહી,
લાગતી સૌથી સુંદર આ દુનિયારી તારી.

સ્મિત રેલાવતી તું લળીને જરી,
મોહક લાગે છે અદા પ્યારી પ્યારી તારી.

લાડમાં વહાલનો દરિયો છલક્યા કરે,
વાત જાણે કે અમૃતની ક્યારી તારી.

તું લપેટી લે વહાલની આ પાંખમાં,
ધન્ય થઈ જાય છે આ જિંદગાની તારી.

મારા આંગણનું તું તો છે મીઠું સ્મરણ,
દીકરી, છે આ સૃષ્ટિમાં આણ તારી.

112. તું જ મારી ગઝલ

હું જે લખું છું હરવખત, એ શબ્દ તું જ છે,
મારી ગઝલની આખી આ, બરકત જ તું જ છે.

પહેલો વિચાર ને ઉલા મિસરો પણ તું જ છે,
સાનીમાં જેનો અર્થ છે, એ તર્ક તું જ છે.

તારા જ હોવાથી પડી, કાફિયાની આદત,
જે પ્રાસમાં રણકે છે એ, કરતબ જ તું જ છે.

પાછળ જે દોડે છે સતત, એ રદીફ પણ તું,
મારા કવનની મુખ્ય આ, શરત જ તું જ છે.

છંદોના માપમાં તને, કેદ ક્યાં કરી શકું?
બે-બહાર આ ભીતરની જે, હરકત જ તું જ છે.

'ગાયબ' કરી દે તું મને, ને ખુદ તું જ રહી જા,
મારા આ છેલ્લા શે'રની, રંગત જ તું જ છે.

113. તારી યાદ

કોયલના કૂજનમાં મને તારો જ સાદ આવે,
ટહુકો સૂણું ને હોઠ પર બસ તારી યાદ આવે.

તારી મધુર વાણી સમી ક્યાં છે કોઈ સરગમ?
સાંભળું તને તો વિશ્વ આખું ફિક્કું યાદ આવે.

ડાળમાં કૂંપળ નવી ફૂટી અને ડાળી ઝૂકી ગઈ છે,
જોઈ લચકતી ડાળમાં તારો જ સાદ આવે.

મારા હૃદયની હાલત તો તારાથી છૂપી નથી,
ધબકારમાં પણ નામ તારું અડખેપડખે યાદ આવે.

પંખી ગગનમાં ઊડતું લાગે છે સાવ આઝાદ,
પણ મન મારું તારા સ્મરણમાં સદાય યાદ આવે.

મૌન મારું બોલતું રહી જાય છે સરેઆમ,
જ્યારે હવામાં તારા શ્વાસની એ ફરિયાદ યાદ આવે.

114. માતૃપ્રેમની લતા

હંસા ને ખિન્ની વહાલમાં ડૂબેલાં જ રહે,
એકબીજાથી ક્ષણ પણ ક્યાં અળગાં રહે?

માતાના સ્નેહમાં છે એવી જાદુઈ છાપ,
જેમ લતા ડાળીને સદા વળગી રહે.

સેવાળ જેવી પ્રીત છે ભીની ને ઘટ્ટ,
સંબંધોમાં શિતળતા અહીં જાગી રહે.

ડાળી ને પાંદડાં છે સાક્ષી આ પ્રેમનાં,
જીવનના બાગમાં આ સુગંધ વ્યાપી રહે.

તડકો પડે તોય ક્યાં આ છાંયો ખૂટે?
માતાની ગોદમાં તો ટાઢક વસી રહે.

પ્રેમનું આ અમૃત પીવા મળે છે નસીબે,
ખિન્ની તો હંસાની આંખે જ વસી રહે.

115. પ્રેમની શોધ

રમત રમતી ફરી આજે આ ધૂળની ડમરીમાં,
શોધું છું હું પ્રેમ તારો ધૂળની આ રજકણમાં.

ક્યાંય પણ જડતો નથી આ પ્રેમનો મીઠો અસલ,
થાક્યો છું હું શોધી શોધી રણ તણાં આ મૃગજળમાં.

લોકો કહે છે પ્રેમ વરસે છે નદી ને મેઘમાં,
મને તો દેખાય છે બસ પ્રેમ તારી ખિન્નીમાં.

તારા સ્મિતના આછા વળાંકે જે છુપાયો છે,
એ જ સાચો પ્રેમ ઝળકે છે સતત આ દૃષ્ટિમાં.

રજ મહીં તો રેતી લાગે, આંખમાં ખૂંચે સદા,
શાંતિ પામું છું હવે હું તારી શીતળ ગોદમાં.

તું જ મારો માર્ગ છે ને તું જ છે મારું શરણ,
પ્રેમ મારો જીવતો છે બસ હવે તારા મનમાં.

116. તારી વિસાત

જલપરીની એ અદા ને એ નઝાકત કઈ નથી,
તારા રૂપાગળ અપ્સરાની પણ વિસાત કઈ નથી.

કોમળતામાં ફૂલ પણ તારી બરાબરી ના કરે,
તારા સ્પર્શ આગળ મખમલી એ વાત કઈ નથી.

તારાના તેજને પણ ઝાંખું પાડે તારું સ્મિત,
તારા મુખડા જેવી કોઈ ઝળહળતી રાત કઈ નથી.

દુનિયાની હર ચીજ લાગે સાવ મુજને બેઅસર,
તારા વિના આ આખી દુનિયાની ઓકાત કઈ નથી.

તું વસે છે શ્વાસમાં ને તું જ મારા લોહીમાં,
તું નથી તો જિંદગીની કોઈ સોગાત કઈ નથી.

બસ તારું આ રૂપ જોવું એ જ મારું લક્ષ્ય છે,
બાકી તો આ જગમાં કોઈ સાચી મિલકત કઈ નથી.

117. નજરનો જાદુ

લીંબુની ફાટ જેવી તારી સજલ આ આંખ છે,
જાણે કે વહેતી પ્રેમની નિર્મળ આ આંખ છે.

નજરો મિલાવી રાખવી આદત બની ગઈ હવે,
ધારદાર ને વળી ખૂબ હલચલ આ આંખ છે.

પલકારો મારવાનું અમે તો સાવ ભૂલી ગયા,
સ્થિર રહીને વરસે એવું વાદળ આ આંખ છે.

અવસર મલ્યો છે પ્રેમનો નીરખ્યા જ કરીએ બસ,
અમૃત ભરેલું એક મીઠું ગાગર આ આંખ છે.

તારા મિલનનો કેફ તો રગ રગ મહીં ઉતરી ગયો,
ઘેન ચડાવે એવું ઘેરું કાજળ આ આંખ છે.

જોયા કરું હું રાત-દિન થાક્યા વગર તને,
મારા જીવનનું સાચું પળ-પળ આ આંખ છે.

118. દીકરીની ઉડાન

ખિન્ની આકાશે ઊડતી એ, ગગન આખું ગજાવે છે,
સીમાડાઓ બધાં તોડી, નવી દુનિયા વસાવે છે.

નથી એ કોઈથી પાછી, હસીને દુઃખ પચાવે છે,
મારી આંખોના સપનાને, હકીકતમાં સજાવે છે.

હૃદયનું હેત આપીને, મેં એને પાંખ આપી છે,
હવે એ લક્ષ્યને આંબી, વિજયના ગીત ગાવે છે.

તપસ્યા મારી ફળશે જો, એ સફળતાને વરી લેશે,
નસીબના લેખ પણ પોતે, મહેનતથી લખાવે છે.

બને આદર્શ દુનિયાનો, બને હિંમત બધાં કેરી,
પિતાનું નામ ઊંચું એ, જગતમાં જઈ કરાવે છે.

ખુદા તારા ચરણમાં બસ, આ એક જ પ્રાર્થના મારી,
ખુશીના રંગ દીકરીના, જીવનમાં જે પુરાવે છે.

119. દીકરીનો સાદ

સવારનો મૃદુ તડકો ને મારો શ્વાસ છે દીકરી,
ખુલે જે આંખ ને સામે સુખદ અહેસાસ છે દીકરી.

બધી આલમ ભલે ઊંઘે, જગાડે સાદ દઈ પપ્પા,
બપોરે છાંયડો ને મધમીઠી આ પ્યાસ છે દીકરી.

નથી જોઈતી મારે કોઈ મિલકત કે પછી દુનિયા,
પ્રભુના આશિષનો પવિત્ર ખાસ છે દીકરી.

હસે તો ફૂલ ખીલે ને રડે તો આભ ભીંજાયે,
મારા આ ઘરના આંગણનો અનોખો પ્રાસ છે દીકરી.

જેના હોવાથી લાગે છે કે આ જિંદગી જીવી લઉં,
ખુશી મારી બધી જેમાં, અખૂટ વિશ્વાસ છે દીકરી.

નથી એ માત્ર માયા, એ તો ભવભવનું ભાથું છે,
સમગ્ર સૃષ્ટિનો જાણે મધુર મધુમાસ છે દીકરી.

120. વહાલની તકરાર

સવારે રોજ વહેલા જાગવા માટે લડાઈ છે,
ખરેખર મા અને સંતાન વચ્ચે આ સગાઈ છે.

સ્કૂલે જાવા વિષે આપે છે મમ્મી રોજ જે ઠપકો,
ખરે એમાં જ છુપી વહાલની વહેતી નદાઈ છે.

થવા તૈયાર વહેલા જે ધમકાવે છે ડર આપી,
બધી એ બીકમાં અંતે તો મમતાની છવાઈ છે.

રુદન કરતી હશે ખિન્ની ને આંસુ આંખમાં સારે,
રુદન જોઈને મારી આંખ પણ આજે ભરાઈ છે.

દવા જેવો કડક લાગે ભલેને શબ્દ મમ્મીનો,
હકીકતમાં જમાનાના જખમની એ દવાઈ છે.

સવારના એ ઝઘડામાં છુપાયો પ્રેમ છે એવો,
કે જેમાં જિંદગીની સાચી સુંદરતા વણાઈ છે.

121. વહાલી ખિન્નીને

હતો ડર કે તારા કદમ ડગમગે છે,
ખબર ક્યાં હતી કે તું રસ્તો ગમે છે.

હું સાચવવા તડકો બનીને જ ઊભો,
તું ચાંદાની શીતળ લહેરે રમે છે.

પડતી તું જ્યારે તો રડતો હતો હું,
હવે તું હસીને આ આભે ભમે છે.

થયો ના કદી ઘાવ તારા એ તનને,
દુઆઓ સતત આ હૃદયમાં જન્મે છે.

સ્મરણ બાળપણનાં છે મીઠાં મધૂરાં,
તું દોડે છે ત્યારે સમય પણ થંભે છે.

ગઈ કાલની એ નાની અમથી એ ખિન્ની,
આજે જગતને પલકમાં નમે છે.

122. ઊંચાં સપનાં

ઊંચાં તારાં સ્વપ્ન રાખજે, તું ખિન્ની!
સત્ય પથ પર ડગ ભરજે, તું ખિન્ની!

સંઘર્ષની સામે અડીખમ ઊભી રહી,
સફળતાને મુઠ્ઠીમાં કરજે, તું ખિન્ની!

સમાજ આખો જોતો રહે રાહ તારી,
નવી એક તું રાહ ધરજે, તું ખિન્ની!

પરિવારનું મસ્તક રહે ઊંચું સદા,
એવું કંઈક કામ કરજે, તું ખિન્ની!

ઝળહળે કૂળ તારું આખા જગત મહીં,
દીપક બનીને તું પ્રગટજે, તું ખિન્ની!

સાકાર તારાં સપનાં થશે જોજે એક દિન,
આભમાં સૂરજ થઈ ચમકજે, તું ખિન્ની!

123. પીળો અંબોડો

સુગંધિત વાયરા સાથે લચકતો આ ગરમાળો,
બરાબર દીકરી જેવો મલકતો આ ગરમાળો.

રૂપેરી ધૂળની વચ્ચે સુવર્ણ રંગ રેલાવી,
બધાની આંખમાં આવી ખટકતો આ ગરમાળો.

છુપાયેલું છે એમાં રૂપ ને એ દેહનું લાલિત્ય,
સુંવાળા સાદ જેવો જઈ અડકતો આ ગરમાળો.

નજર માંડે છે રાહી આ ગગનચુંબી ચમક ઉપર,
ગલીના વળાંકે સુંદર ઝબકતો આ ગરમાળો.

ધરાનો છે શણગાર ને કુદરતની એ શોભા છે,
હૃદયના ભાવમાં આવી છલકતો આ ગરમાળો.

હશે કદાચ વસંતનું આ છેલ્લું સ્મિત પૃથ્વી પર,
ખરીને પાદરે પાછો મલકતો આ ગરમાળો.

124. મમ્મીની યાદ

ખિન્ની હસે ને યાદમાં મમ્મી બની જવાય,
બે દાંત વચ્ચે ફાટમાં હંસા દેખાય.

માતૃત્વનું એ રૂપ છે, મલકાટમાં વસે,
જોતા જ એનું સ્મિત બધું ભૂલી જવાય.

જે વારસો મળ્યો છે તે કુદરતની દેણ છે,
મમ્મી તણો જ અંશ આ ચહેરા પર જણાય.

હોઠો ઉપર રમી રહી છે બસ એક વાત,
એ ખુલ્લી ફાટ જોઈને હૈયું હરખાય.

શબ્દો વગર જ પ્રીતની ભાષા વંચાય છે,
ખિન્નીના મુખમાં માતની છબિ કોતરાય.

સંતાનનાં એ સ્મિતમાં જીવે છે મા સતત,
દર્પણ બનીને લાડકી સામે જ ઊભી થાય.

125. ઠંડી હવા અને ખિન્ની

સવારની આ લહેરખી રમત શોધતી,
સતત એ અહીં-ત્યાં ખિન્નીને શોધતી.

કહે છે કે મારે રમવું છે એની સાથ,
બધે એ ઠંડી ઠંડી ખિન્નીને શોધતી.

વળગી રહી છે મને એ પૂછવા માટે,
કે ક્યાં છે? ક્યાં છે? ખિન્નીને શોધતી.

હજી તો એ પોઢી છે પથારી મહીં,
ને ઠંડી ઊભી છે ખિન્નીને શોધતી.

છે બંને સગી બહેનો જેવી જ તો,
જુઓ રોજ સવાર ખિન્નીને શોધતી.

કહે છે 'ભુવન' લયમાં લપાઈ ગઈ,
હવા પાગલ થઈને ખિન્નીને શોધતી.

126. પલળવાનું બહાનું

ચાલ ચોમાસું આવ્યું ને ક્યારી મળી,
ભીંજાવાને ફરી એક બારી મળી.

છત્રી ઓઢી છે નામે જ ખિન્ની હવે,
પણ પવનની અનોખી સવારી મળી.

શોધતી એ ફરે છે સતત કોઈ તક,
ખુશ્બુ માટીની કેવી પ્યારી મળી.

ધારા પલટી પવને રમત આદરી,
સંગ રમવાને આખી ક્યારી મળી.

પેસી છત્રીમાં એવો વરસ્યો ગગન,
કે ભીંજાવાની મસ્તી કરારી મળી.

રમત ખેલતા બેઉ સાથે હવે,
તૃપ્તિ ભીંજાયાની ભારે ન્યારી મળી.

127. દીકરી અને ગલગોટા

આંગણે મેં રોપિયાં જે, એ જ સ્મરણો થઈ ગયાં,
લાડકીના રૂપમાં જાણે કે હરખાઈ ગયાં.

ખીલશે આ ફૂલ કેવા? પ્રશ્ન એવો થાત પણ,
દીકરીના સ્મિતમાં સૌ રંગ પથરાઈ ગયાં.

ખિન્ની સાથે જે રમતી'તી હજી ગઈકાલ સુધી,
એ જ પગરવ આજે ઉપવનમાં જ લહેરાઈ ગયાં.

કેસરી ને પીળાં ફૂલોમાં મઢી પળ યાદની,
ખુશ્બુઓ થઈને હવે તો શ્વાસમાં છાઈ ગયાં.

આંગણું સૂનું હતું ને શોરથી છલકાઈ ગયું,
બાગમાં ગલગોટા સાથે ભાવ વરતાઈ ગયાં.

દીકરી પણ પુષ્પ છે, જે દૂર રહીને પણ મહેકે,
ખીલેલા આ ફૂલ જોઈ અશ્રુ છલકાઈ ગયાં.

128. કોમળ સ્પર્શ

તારી હથેળીનો મને એ સ્પર્શ લાગે આઈસ્ક્રીમ,
જાણે કે વર્ષાની હજી આ હર્ષ લાગે આઈસ્ક્રીમ.

તારા મૃદુ સ્પર્શે હવે દિલ આ ભરાઈ જાય છે,
કોઈ અનોખો પ્રેમનો નિષ્કર્ષ લાગે આઈસ્ક્રીમ.

ગાલ મારા લાલ થાયે જે ઘડી તું અડકે છે,
શીતળ હવામાં કોઈ આ સંઘર્ષ લાગે આઈસ્ક્રીમ.

તું ફરી અડકે મને એ જીદ મનમાં જાગતી,
સૌ મનોમન ભાવનો આ અર્શ લાગે આઈસ્ક્રીમ.

તેજ એવું કે નજર અંજાઈ જાતી પલકમાં,
ખુદ સમયનો પણ મને ઉત્કર્ષ લાગે આઈસ્ક્રીમ.

129. તારો ખજાનો

ગુલમહોર આંગણે આજે નિખરી ગયો છે,
તારો જ સ્પર્શ ફૂલોમાં ઉતરી ગયો છે.

પીળી ચટાક ઓઢણી ઓઢીને તું ઊભી,
જાણે કે આખો બાગ જ સોનેરી થયો છે.

હસતો આ ચેહરો તારો, ખીલેલી એ વસંત,
મારો તો હરેક શ્વાસ મધુર ઘેલો થયો છે.

ઉપસી રહ્યા છે ગાલ એ મલકાતા સ્મિતમાં,
મારો જ ખાલી હાથ હવે રત્નથી ભર્યો છે.

મળી ગયો ખજાનો મને તારા જ રૂપમાં,
આ સઘળો જગત હવે તો મુઠ્ઠીમાં રહ્યો છે.

www.ingramcontent.com/pod-product-compliance
Lightning Source LLC
La Vergne TN
LVHW022055200926
848481LV00003B/925